ஆடுகளம்

(விளையாட்டுக்களம் சொல்லித்தரும் வாழ்க்கைப் பாடங்கள்)

ஆடுகளம்

(விளையாட்டுக்களம் சொல்லித்தரும் வாழ்க்கைப் பாடங்கள்)

என். சொக்கன்

ZDP
SPECIFICS

Title: Aadukalam
Author's Name: N Chokkan

Published by ZDP Specifics

SPECIFICS

(An imprint of Zero Degree Publishing)
No. 55(7), R Block, 6th Avenue,
Anna Nagar,
Chennai - 600 040

Website: www.zerodegreepublishing.com
E Mail id: zerodegreepublishing@gmail.com
Phone: 89250 61999

ZDP Specifics First Edition: May 2022
ISBN: 978-81-956735-0-6
TITLE NO EP: 16

Cover Design & Layout: Vijayan, Creative Studio

பொருளடக்கம்

முதல் சுற்று 7
இரண்டாம் சுற்று 14
மூன்றாம் சுற்று 22
நான்காம் சுற்று 29
ஐந்தாம் சுற்று 37
ஆறாம் சுற்று 44
ஏழாம் சுற்று 51
எட்டாம் சுற்று 58
ஒன்பதாம் சுற்று 65
பத்தாம் சுற்று 72
11ம் சுற்று 79
12ம் சுற்று 85
13ம் சுற்று 92
14ம் சுற்று 99
15ம் சுற்று 107
16ம் சுற்று 114
17ம் சுற்று 121
18ம் சுற்று 129
19ம் சுற்று 137
20ம் சுற்று 145
21ம் சுற்று 152
22ம் சுற்று 159
23ம் சுற்று 164
24ம் சுற்று 173
25ம் (நிறைவுச்) சுற்று 180

முதல் சுற்று

'சும்மா விளையாடாதீங்க!'

'இதென்ன விளையாட்டா?'

'என்ன சின்னப்பிள்ளைமாதிரி விளையாடிக்கிட்டிருக்கீங்க?'

'விளையாட்டுத்தனமா நடந்துக்காதே, நீ வளர்ந்த பையன்.'

'அந்த விளையாட்டுப்புத்திதான் அவருக்குப் பெரிய பலவீனம்.'

நம்முடைய தினசரிப்பேச்சில் விளையாட்டுக்கு மரியாதை இவ்வளவுதான். விளையாட்டு என்பது விளையாட்டுத்தனமானது, பொறுப்பற்றது, அதனால் எதையும் பெரிதாகச் சாதிக்க இயலாது என்று நாம் உறுதியாக நம்புகிறோம்.

அதேசமயம், குழந்தைகளை விளையாட ஊக்குவிக்கிறோம், கைக்குழந்தை படுத்துக்கொண்டே கைதட்டி விளையாடுவதில் தொடங்கி, வளர வளர விதவிதமான விளையாட்டுகளை அவர்களுக்குக் கற்றுத்தருகிறோம், அவர்களும் தங்களுக்குள் நிறைய விளையாட்டுகளைப் பழகிக்கொள்கிறார்கள், விளையாட்டு மைதானம் இல்லாத பள்ளிகளே இல்லை, இதற்கென்று ஆசிரியர்களெல்லாம் வைத்து விளையாட்டைச் சொல்லித்தருகிறார்கள்.

அவ்வளவு ஏன், மற்ற பாடங்களும் விளையாட்டின்மூலம் சொல்லித்தரப்படுகின்றன. குறுக்கெழுத்து விளையாடினால் மொழி அறிவு வளரும் என்கிறார்கள், கணிதப் புதிர்களெல்லாம் விளையாட்டுகள்தான், 'இந்தப் பொடி என்ன ரசாயனம்ன்னு கண்டுபிடி பார்க்கலாம்' என்று விளையாடச்சொல்கிறது வேதியியல், வரலாற்று ஆய்வாளர்களைக் கேட்டால், கல்வெட்டுகள், அகழ்வாராய்ச்சி, மற்ற சான்றுகள், இலக்கியக் குறிப்புகளையெல்லாம் வைத்து என்ன நடந்திருக்கும் என்று ஊகிப்பது சுவையான விளையாட்டுமாதிரிதான் என்கிறார்கள்.

ஆக, விளையாட்டின்மீது நமக்கு வெறுப்பெல்லாம் இல்லை, அதனால் ஏதோ பலன் இருக்கிறது என்பது நமக்குத் தெரியும், தேவையான நேரங்களில் அதைப் பயன்படுத்திக்கொள்கிறோம், அதன்பிறகு, தூக்கி எறிந்துவிடுகிறோம்.

சரியாகச் சொல்வதென்றால், விளையாட்டு படிப்பைப் பாதிக்கத் தொடங்கும்போது, அல்லது, 'நாம் அப்படி நினைக்கும்போது, 'இனிமே விளையாடவேணாம், படிப்பைக் கவனி' என்று பிள்ளைகளுக்குத் தடை போட்டுவிடுகிறோம். அல்லது, 'ஒரு நாளைக்கு அரை மணி நேரம்மட்டும் விளையாடு' என்கிறோம்.

அதோடு, பெரும்பாலானோர் வாழ்க்கையில் விளையாட்டுக்கு முற்றுப்புள்ளி வைக்கப்பட்டுவிடுகிறது. படிக்கிறோம், வேலைக்குப் போகிறோம், கல்யாணம் செய்துகொண்டு குழந்தைகளைப் பெற்றுக்கொள்கிறோம், அவர்களோடு விளையாடக்கூட நமக்கு மனம் அமைவதில்லை. காரணம், ஒரு நீண்ட இடைவெளி ஏற்பட்டுவிடுகிறது, விளையாட்டு என்பது சின்னப்பிள்ளைங்க சமாசாரம் என்று தோன்றிவிடுகிறது.

உண்மையில் விளையாட்டு என்பது அத்தனை மோசமான விஷயமா? வெறுத்து ஒதுக்கப்படவேண்டிய ஒன்றா? அதுவும் படிப்பும் பணிவாழ்க்கையும் ஒன்றாகச் சேர இயலாதா?

சாய்னா நேஹ்வாலின் குடும்பம் ஹைதராபாதில் குடியேறியபோது, அவருடைய தந்தை அவருக்கு ஒரு நல்ல

பள்ளியில் இடம் தேடியிருக்கிறார். அப்போது, ‘என் மகள் நன்றாக விளையாடுவாள், நிறையப் பரிசுகள், பதக்கங்களெல்லாம் வாங்கியிருக்கிறாள்’ என்று எதேச்சையாகச் சொல்லியிருக்கிறார்.

இதைக் கேட்ட ஒரு பள்ளி முதல்வருக்குக் கோபம் வந்துவிட்டதாம், ‘படிக்கிற பிள்ளைக்கு விளையாட்டெல்லாம் எதுக்கு? உங்க மக ஒழுங்காப் பாடத்துல கவனம் செலுத்தினாப் போதும்’ என்றாராம்.

நல்லவேளையாக, சாய்னாவும் அவருடைய தந்தையும் அந்தப் பள்ளி முதல்வரின் பேச்சைக் கேட்கவில்லை. விளையாட்டையே தன்னுடைய வாழ்க்கையாக அமைத்துக்கொண்டு பெருவெற்றி பெற்றார் சாய்னா, பணமும் புகழும் சம்பாதித்தார்.

ஆனால், சாய்னா, சச்சின், தோனி என்று விளையாட்டின்மூலம் வெற்றியடைந்தவர்கள் நூறு பேர் என்றால், லட்சம் பேர் அதில் பெரிய அளவில் வளர இயலாமல் தோல்வியடைகிறார்கள், கோடிப் பேர் விளையாட்டையே மதிக்காமல் படிப்பில் கவனம் செலுத்தி வெற்றியடைகிறார்கள், அந்தக் கோணத்தில் பார்த்தால், பெற்றோர் தங்களுடைய பிள்ளைகள் படிப்பில் கவனம் செலுத்தவேண்டும் என்று நினைப்பது சரிதானே? விளையாட்டுடன் ஒப்பிடும்போது, படிப்புதானே பாதுகாப்பு?

ராகுல் திராவிட் பள்ளியில் படித்துக்கொண்டிருந்தபோது, அவர் பெரும்பாலான நேரம் கிரிக்கெட் மைதானத்தில்தான் இருப்பாராம், மீதி நேரம், வகுப்பறையில் படித்துக் கொண்டிருப்பாராம். இந்த இரண்டு இடங்களைத்தவிர வேறு எங்கேயும் அவரைப் பார்க்க இயலாது.

அதனால்தான், அவரால் படிப்பிலும் முதல் மதிப்பெண் வாங்க இயன்றது, சிறந்த பேட்ஸ்மேனாகவும் வளர்ந்து இந்திய அணிக்காக விளையாட இயன்றது. ஒருவேளை அவருக்கு விளையாட்டில் வெற்றி கிடைக்காவிட்டால், நன்கு படித்து ஏதாவது பெரிய நிறுவனத்தில் வேலைக்குச் சேர்ந்திருப்பார்.

இப்படி எல்லாப் பையன்கள், பெண்களாலும் இருக்க இயலுமா?

கிடைக்கிற நேரத்தைப் படிப்புக்கும் விளையாட்டுக்குமாகப் பிரித்துக்கொண்டு இரண்டையும் ரசித்து அனுபவித்து முன்னேறுவது எல்லாருக்கும் சாத்தியமா?

குறிப்பாக, இன்றைய இளைஞர்களுக்கு ஏகப்பட்ட கவனச்சிதறல்கள் இருக்கின்றன. அவற்றின் நடுவே விளையாட்டுக்கும் இடம் தரவேண்டும் என்றால் எப்படி?

விளையாட்டை ஒரு தொழிலாக எடுத்துக்கொண்டு வளர்வதற்கான வாய்ப்புகள் குறைவு, அதோடு ஒப்பிடும்போது, படிப்பைக் கவனித்தால் நன்றாக முன்னேறலாம், இப்படித்தான் பெரும்பாலான பெற்றோர் நினைக்கிறார்கள்.

ஒரே பிரச்னை, இவர்கள் படிப்பா விளையாட்டா என்று ஒரு விவாதத்துக்குள் புகுந்துவிடுகிறார்கள், விளையாட்டு என்பது என்றென்றும் உடன்வரவேண்டிய ஒரு விஷயம் என்பதைச் சிந்திப்பதில்லை.

'சாப்பிடறீங்களா? தண்ணி குடிக்கறீங்களா?' என்று ஒரு விருந்தாளியைக் கேட்பீர்களா? இரண்டையும் ஒரே நேரத்தில் செய்யலாம், செய்யவேண்டும், இரண்டும் வயிற்றுக்குச் செல்லப்போகின்றன என்பதால், தண்ணீருக்குப் பதில் சாப்பாட்டைச் சாப்பிட இயலாது, சாப்பாட்டுக்குப் பதில் தண்ணீரைக் குடிக்க இயலாது, அவை ஒன்றுக்கொன்று போட்டி அல்ல, ஒன்றுக்கொன்று உதவிக்கொள்கிறவை.

ஆங்கிலத்தில் இதனை, '*Complementary, not competing*' என்பார்கள். அதாவது, ஒன்றையொன்று மேம்படுத்துகிறவை, மோதிக்கொள்கிறவை அல்ல.

ஆனால் நாம், ஆணுக்கு எதிர்ப்பதம் பெண், கருமைக்கு எதிர்ப்பதம் வெண்மை என்று சொல்லித்தந்துவிடுகிறோம். ஆணும் பெண்ணும் சேர்ந்ததே சமுதாயம், கருமையும் வெண்மையும் வாழ்வில் சேர்ந்திருக்கலாம், அவை ஒன்றுக்கொன்று உதவக்கூடியவை என்ற கோணத்தைப் புரிய வைப்பதில்லை.

அதுபோன்ற ஓர் உறவுதான், கல்வி, பணிவாழ்க்கைக்கும் விளையாட்டுக்கும்!

இந்தக் கோணத்தில் பார்க்கும்போது, விளையாட்டா படிப்பா என்ற கேள்வி இருக்காது, இரண்டுக்கும் இடமளிக்க இயலுமா என்று யோசிக்கத் தொடங்குவோம். அதன் பலன்களைப் புரிந்துகொள்வோம்.

உதாரணமாக, கிரிக்கெட் விளையாடும் ஒரு சிறுவனுக்கோ சிறுமிக்கோ உடல் வலுவாகிறது, அதன்மூலம் அவர்கள் அதிக கவனக்கூர்மையுடன் நெடுநேரம் படிக்க இயலும். குண்டாக இருக்கும் ஒருவர் தினமும் ஒரு மணி நேரம் ஓடியாடி விளையாடினால் அதுவே நல்ல உடற்பயிற்சியாக அமைந்து அவரது உடல் இளைக்கத் தொடங்குகிறது.

இவையெல்லாம் சிறு உதாரணங்கள்தான், விளையாட்டின் நன்மைகளைப் பட்டியலிடுவது இந்தத் தொடரின் நோக்கமில்லை, விளையாட்டு என்பது நம்முடைய மற்ற 'உருப்படியான' வேலைகளுக்குத் தடையாக வருகிற விஷயமில்லை, அதனால் நம் உடலும் மனமும் பல நன்மைகளைப் பெறுகின்றன என்பதைப் பார்க்கத் தொடங்கினால் போதும்.

அதனால்தான் சிறு குழந்தைகளை விளையாடச்சொல்கிறோம். நன்கு விளையாடும் குழந்தைதான் ஆரோக்கியமாக இருக்கிறது என்கிறோம். ஒவ்வொரு நாட்டிலும் ஒவ்வொரு கலாசாரத்திலும் உள், வெளி விளையாட்டுகள் ஏராளமாக உருவாக்கப்பட்டிருக்கின்றன. படிப்பறிவில்லாதவர்களுக்குக்கூட விளையாட்டுகள் இருக்கின்றன.

கார்ப்பரேட் உலகில் உள்ளவர்கள் தங்களுக்குள் பேசிக்கொள்கிற சொற்களைக் கவனித்துப்பார்த்தால், அதில் ராணுவம் மற்றும் விளையாட்டு சம்பந்தப்பட்ட சொற்கள் நிறைய இருப்பதைக் காணலாம்.

உதாரணமாக, ஒருவர் இன்னொருவரிடம், 'இந்த வேலையைச் செய்துவிட்டாயா?' என்று கேட்கிறார். அதற்கு அவர் சொல்லும்

பதில், ‘இல்லை, *I need to touch base with my boss regarding this.*’

மற்றதெல்லாம் புரிகிறது, *touch base* என்றால் என்ன?

அமெரிக்கர்களின் ஃபேவரிட்டான பேஸ்பால் ஆட்டத்திலிருந்து வந்த சொல் அது. பேஸைத் தொடுதல் என்று அர்த்தம்.

பேஸ்பால் மைதானத்தின் நான்கு மூலைகளை ‘பேஸ்’ என்பார்கள், பந்தை அடித்துவிட்டு ஓடுகிற ஒருவர் இந்த ‘பேஸ்’களைத் தொடவேண்டும், அப்போதுதான் அவருக்கு ரன் கிடைக்கும்.

ஆக, ‘டச் பேஸ்’ என்பது, ரன் எடுப்பதற்கான ‘தொடுதல்’, அந்தச் சொல்லைக் கார்ப்பரேட் உலகம் ஏற்றுக்கொண்டுவிட்டது, ‘*I will touch base with you*’ என்றால், நான் உங்களிடம் ஏதோ ஒரு விஷயத்தைப்பற்றிப் பேசப்போகிறேன், நாம் கலந்து ஆலோசிக்கப்போகிறோம் என்று பொருள்.

இதுபோல் பல உதாரணங்களைச் சொல்லலாம். எதிராளி கேட்கும் கேள்விக்குப் பதில் தெரியாமல் விழிக்கிற ஒருவரைப் பார்த்து நாம்கூட ‘என்னய்யா? க்ளீன் போல்ட் ஆகிட்டியா?’ என்கிறோமே!

இப்படி நாம் பயன்படுத்தும் ராணுவச் சொற்களும் ஏராளம், அரசியல் கட்சிகளைப்பற்றிப் பேசும்போது, ‘கூட்டணி வியூகம் அமைத்தார்’ என்கிறோமே, அந்த வியூகம் போர் தொடர்பான சொல்தானே?

எத்தனையோ துறைகள் இருக்க, ராணுவம், விளையாட்டிலிருந்து நாம் இத்தனை சொற்களைக் கடன் வாங்கவேண்டிய அவசியம் என்ன?

இந்த இரண்டிலும்தான் வெற்றி, தோல்வியின் முக்கியத்துவம் நமக்கு நன்கு புரிகிறது. வென்றவர் மகிழ்வதும் தோற்றவருக்கு இழப்பு ஏற்படுவதும் நேரடியாகத் தெரிகிறது.

தினசரி வாழ்க்கையில் நாம் ஒவ்வொரு நாளும் போருக்குச்

செல்லப்போவதில்லை. ஆனால், யாரும் எப்போதும் விளையாடலாம், மைதானத்துக்குச் செல்ல நேரம், வசதி, உடல்வலு இல்லாவிட்டால், செஸ்போர்டைத் திறந்து விளையாடலாம், அட, அதுவும் இயலாது என்றால் மொபைல்ஃபோனில் கேம்ஸ் உண்டு.

விளையாட்டின்மூலம் நமக்குக் கிடைக்கும் நேரடிப் பலன்கள் ஒருபக்கமிருக்க, விளையாட்டு நமக்குச் சொல்லித்தரும் வெற்றிப்பாடங்கள் ஏராளம். அவற்றை நாம் ஆடுகளத்துக்கு வெளியிலும் பயன்படுத்தி வெல்லலாம்.

ஒருவிதத்தில், ‘ஆடுகளத்துக்கு வெளியே’ என்று எந்த இடமும் இல்லை. வாழ்க்கையே ஒரு விளையாட்டு, இந்த உலகம்தான் ஆடுகளம், ஆகவே, ஒரு விளையாட்டில் கற்றுக்கொண்டதை இன்னொரு பெரிய விளையாட்டில் பயன்படுத்திப்பார்க்கிறோம். அவ்வளவுதான்!

இரண்டாம் சுற்று

எதை விளையாடுவது?

எத்தனையோ விளையாட்டுகள் இருக்கின்றன. கிரிக்கெட், கால்பந்து, டென்னிஸ், இறகுப்பந்து, எறிபந்து, செஸ், தாயம், பல்லாங்குழி என்று பட்டியல் போட ஆரம்பித்தால் இந்தப் புத்தகத்தைத் தாண்டி நீளும். இவற்றில் எதை விளையாடுவது என்று ஒருவர் எப்படித் தீர்மானிக்கிறார்?

இதற்குப் பொதுவான விடை எதுவும் கிடையாது. பல காரணிகளின் அடிப்படையில் இது தீர்மானிக்கப்படுகிறது.

உதாரணமாக, இடம். விளையாடுவதற்குப் பெரிய மைதானம் இருந்தால், கிரிக்கெட்டோ கால்பந்தோ, கொஞ்சம் சிறிய மைதானம் என்றால் இறகுப்பந்து, ஒரே அறைதான் என்றால் ஓடிப்பிடித்துதான் விளையாடவேண்டும், ஒரு மேஜைதான் என்றால், செஸ்போர்டைப் பிரித்துவைத்துக்கொண்டு உட்காரவேண்டியதுதான்.

அடுத்து, சூழ்நிலை. மைதானம் இருக்கிறது, ஆனால் மழை பெய்கிறது என்றால், கிரிக்கெட் சாத்தியமில்லை, உள்விளையாட்டு எதையாவது தேர்ந்தெடுக்கவேண்டும்.

மூன்றாவதாக, கூட இருப்பவர்களின் எண்ணிக்கை. இரண்டு பேர் சேர்ந்தால் இறகுப்பந்து விளையாடலாம், அதே இருபது பேர் என்றால் அவர்களை இரு குழுக்களாகப் பிரித்துக் கிரிக்கெட்டோ கால்பந்தோ ஆடலாம்.

நான்காவதாக, நேரம். ஐந்து நிமிடத்துக்குள் விளையாடும் ஆட்டங்கள் உண்டு, பல மணி நேரம் நீளும் விளையாட்டுகள் உண்டு, கைவசம் எவ்வளவு நேரம் இருக்கிறது என்பதைப் பொறுத்துத் தீர்மானிக்கவேண்டியதுதான்.

சில நேரங்களில் விளையாடுபவரின் உடல்தகுதியும் கணக்கில் கொள்ளப்படும். உதாரணமாக, கூடைப்பந்து விளையாட உயரம் அவசியம் என்பார்கள்.

இன்னொரு காரணி, விளையாடுவதற்கான கருவிகள். கண்ணாமூச்சி விளையாடக் கருவிகள் தேவையில்லை, ஆனால், கால்பந்துக்கு ஒரு பந்து தேவை, கிரிக்கெட்டுக்குப் பந்தோடு மட்டை தேவை, ஸ்டம்ப் இருந்தாலும் பரவாயில்லை, இல்லாவிட்டாலும் சமாளித்துக்கொள்ளலாம்.

ஆக, விளையாட்டுக் கருவிகளையே இரண்டு வகைகளாகப் பிரிக்கலாம்: அவசியமான கருவிகள், இருந்தால் நல்லது என்கிற கருவிகள். ஆங்கிலத்தில் இவற்றை *Mandatory equipment, Optional equipment* என்பார்கள்.

இந்தச் சாதனங்களுக்குள் தர அளவுகோல் உண்டு. கிரிக்கெட் விளையாட ரப்பர் பந்து பயன்படுத்தலாம், கனமான பந்தையும் பயன்படுத்தலாம், ஆட்டத்தின் தன்மைக்கேற்ப இது தேர்ந்தெடுக்கப்படும்: நண்பர்கள் சும்மா ஜாலிக்கு விளையாடும்போது, அல்லது ஆட்டத்தைக் கற்றுக்கொள்ளும்போது ரப்பர் பந்து, அவர்களே போட்டியில் கலந்துகொள்ளத் தயாராகும்போது, கனமான பந்து.

ரப்பர் பந்தில் விளையாடுவதுதான் சிக்கனம், அதுதான் எளிது, ஆனால் அதேசமயம் அந்தப் பயிற்சி நிஜமான போட்டிக்குப் பயன்படாது, கனமான பந்துகளில் விளையாடப் பழகவேண்டும்.

இப்போது, மேலும் சில சாதனங்கள் தேவைப்படுகின்றன. கனமான பந்து மேலே பட்டுக் காயம் ஏற்பட்டுவிடாமலிருக்கப் பல இடங்களில் பாதுகாப்புக் கவசங்களை அணிந்துகொள்ள வேண்டியிருக்கிறது.

அடுத்து, சீருடைகள். மகிழ்ச்சிக்காக விளையாடும்போது ஆளுக்கோர் ஆடை அணியலாம், போட்டி என்று வந்தால், அவர்களுடைய விதிமுறைப்படி வெள்ளையிலோ வண்ணத்திலோ ஒரேமாதிரியான சீருடைகளை அணியிலுள்ள எல்லாரும் அணியவேண்டியுள்ளது.

இப்படி ஒவ்வொரு கட்டத்திலும் சாதனங்கள் அதிகரித்துக் கொண்டே செல்கின்றன, இதுவும் நாம் தேர்வு செய்கிற விளையாட்டு எது என்பதைத் தீர்மானிக்கிறது.

இவை அனைத்துக்கும் நிறைவாக, ஆர்வம். என்னதான் மைதானம் இருந்தாலும், ஆள்கள் இருந்தாலும், சாதனங்கள் இருந்தாலும், கலந்துகொள்கிறவர்களுக்கு அந்த விளையாட்டில் ஆர்வம் இருக்கவேண்டும், அப்போதுதான் அவர்கள் அதை விரும்பி விளையாடுவார்கள்.

இப்படி இன்னும் பல காரணிகள்! இவற்றின் அடிப்படையில்தான் எந்த விளையாட்டை ஆடுவது என்பது தீர்மானிக்கப்படுகிறது.

இந்த அலசல் குழந்தைகள் மனத்தில் ஒவ்வொரு நாளும் நடந்துகொண்டிருக்கிறது. நேரடியாகவும் மறைமுகமாகவும் அவர்கள் ‘எதை விளையாடுவது?’ என்ற கேள்வியைப் பலமுறை தங்களுக்குள் கேட்டுக்கொள்கிறார்கள், இந்தக் காரணிகளையெல்லாம் சிந்தித்துப்பார்த்து ஒரு தீர்மானத்துக்கு வருகிறார்கள்.

ஆடுகளத்துக்கு வெளியிலும் இந்தக் கேள்வி உண்டு, காரணிகள் உண்டு.

உதாரணமாக, எதைப் படிப்பது என்று ஒரு மாணவன் தேர்வு செய்யவேண்டிய சூழ்நிலைகள் வருகின்றன, எந்தக்

கல்லூரியில் சேர்வது, எந்த வேலையில் சேர்வது என்று வாழ்வின் அடுத்தடுத்த கட்டங்களில் வெவ்வேறு கேள்விகள் தொடர்கின்றன, அங்கெல்லாம் அவர்கள் எடுக்கப்போகும் தீர்மானங்கள் அவர்களது வாழ்வையே திசைதிருப்பக்கூடும்.

எதை விளையாடுவது என்பதைத் தீர்மானிக்கப் பல காரணிகளைப் பார்த்தோம், இதேபோன்ற காரணிகள் எதைப் படிப்பது, எங்கே படிப்பது, எங்கே வேலைக்குச் சேர்வது, யாரைத் திருமணம் செய்துகொள்வது, எந்த ஊரில் வீடு வாங்குவது, எப்போது குழந்தை பெற்றுக்கொள்வது என ஒவ்வொரு கேள்விக்கும் உண்டு. அவற்றின் அடிப்படையில்தான் இந்தக் கேள்விகளுக்குப் பதில் காண இயலும்.

உதாரணமாக, எந்தக் கல்லூரியில் சேர்வது என்ற கேள்விக்குப் பதிலளிக்க ஒரு மாணவர் இதுபோன்ற பல காரணிகளைச் சிந்திக்கவேண்டியிருக்கும்:

★ *நான் என்ன படிக்க விரும்புகிறேன்?*

★ *என் பெற்றோர் என்ன விரும்புகிறார்கள்?*

★ *என் வழிகாட்டிகள் என்ன சொல்கிறார்கள்?*

★ *என்னால் இந்தப் படிப்புக்கு எவ்வளவு செலவழிக்க இயலும்?*

★ *நான் சேர விரும்பும் படிப்பு எந்தெந்தக் கல்லூரிகளில் உள்ளது? அவை ஒவ்வொன்றிலும் கட்டணம் எவ்வளவு? மற்ற செலவுகள் எவ்வளவு?*

★ *என்னால் வெளியூரில் உள்ள கல்லூரியில் சேர்ந்து விடுதியில் தங்கிப் படிக்க இயலுமா?*

★ *ஒருவேளை நான் தேர்ந்தெடுக்கும் படிப்பு என் பட்ஜெட்டுக்குள் இல்லை என்றால், எனக்குக் கல்விக்கடன் கிடைக்குமா? வேறு ஏதேனும் உதவித்தொகை கிடைக்குமா? நண்பர்கள், உறவினர்கள் உதவுவார்களா? பகுதிநேர வேலைக்குச் சென்று சம்பாதிக்க இயலுமா?*

★ என் குடும்ப நிலைமை என்ன? நான் எத்தனை வருடம் படிக்கலாம்? சீக்கிரம் வேலைக்குச் செல்லவேண்டிய கட்டாயம் உண்டா?

★ எந்தப் படிப்புக்கு இப்போது மவுசு இருக்கிறது? எதைப் படித்தால் வேலை கிடைக்கும்? அது நான் செய்ய விரும்பும் வேலையாக இருக்குமா?

★ தொலைநோக்கில் நான் என்ன சாதிக்க விரும்புகிறேன்? அதைச் செய்ய இந்தப் படிப்பு உதவுமா?

இப்படிக் கேள்விகளை அடுக்கிக்கொண்டே செல்லலாம், இதுபோன்ற காரணிகள் நாம் எடுக்கப்போகும் ஒவ்வொரு தீர்மானத்துக்கும் உண்டு. அவற்றை அடையாளம் காண்பதே ஒரு பெரிய சவால்.

இங்கேதான் ஆடுகளத்தில் நாம் எடுத்துக்கொண்ட பயிற்சி நமக்கு உதவும். என்ன விளையாடுவது என்று தீர்மானிக்கும் அந்த முறையை மனத்துக்குள் ஓட்டிப்பாருங்கள்:

★ கைவசம் என்னென்ன விளையாட்டுகள் இருக்கின்றன என்று யோசித்தோம்

★ அவை ஒவ்வொன்றையும் விளையாட என்ன தேவை, என்ன கட்டுப்பாடுகள் என்று யோசித்தோம்

★ அந்தத் தேவைகள், கட்டுப்பாடுகள் பூர்த்தி அடையாத விளையாட்டுகளை நீக்கினோம்

★ மீதமுள்ள விளையாட்டுகளை எடைபோட்டுச் சிறந்த ஒன்றைத் தேர்ந்தெடுத்தோம்

★ விளையாடத் தொடங்கினோம்

இதே ஐந்து படிநிலைகளை எந்தத் தீர்மானமெடுத்தலுக்கும் பொருத்தலாம்:

★ கைவசம் என்னென்ன தீர்வுகள் இருக்கின்றன என்று யோசித்தல்

★ அவை ஒவ்வொன்றுக்கும் என்ன தேவை, என்ன கட்டுப்பாடுகள் என்று யோசித்தல்

★ அந்தத் தேவைகள், கட்டுப்பாடுகள் பூர்த்தி அடையாத தீர்வுகளை நீக்குதல்

★ மீதமுள்ளவற்றை எடைபோட்டுச் சிறந்த ஒன்றைத் தேர்ந்தெடுத்தல்

★ அதைச் செயல்படுத்துதல்

உதாரணமாக, விடுமுறைக்கு எந்த ஊருக்குச் செல்லலாம் என்று தீர்மானிக்கிற ஒருவர் இந்தப் படிநிலைகளை எப்படிப் பயன்படுத்துவார்?

முதலில், தான் செல்ல விரும்பும் ஊர்களைப் பட்டியலிடுவார். பிறகு, அந்த ஊர்கள் ஒவ்வொன்றுக்கும் செல்ல என்னென்ன தேவை, என்ன செலவாகும், வேறு என்ன கட்டுப்பாடுகள் உண்டு என்பதையெல்லாம் சிந்திப்பார். பொருந்தாதவற்றை நீக்குவார், இதுபோல:

'காஷ்மீர் நல்ல ஊர்தான், ஆனால் அங்கே சென்று திரும்ப ஒரு வாரமாவது தேவை, விமானத்தில் சென்றால் ஏகப்பட்ட செலவாகும், எனக்கு இரண்டு நாள்தான் விடுமுறை, பட்ஜெட்டும் குறைவு, ஆகவே, காஷ்மீரை நீக்கிவிடலாம், ஊட்டி, கொடைக்கானல் என்று யோசிக்கலாம்...'

இப்படி முதல்கட்டத்தில் சில ஊர்களை வடிகட்டியபிறகு, மீதமுள்ள ஊர்களை எடுத்துக்கொண்டு அவர் இன்னும் தீவிரமாக அவற்றை எடைபோட ஆரம்பிக்கிறார், அவற்றில் ஓர் ஊரைத் தேர்ந்தெடுக்கிறார்.

இந்த உதாரணத்தை நீங்கள் எடுக்கும் எந்தத் தீர்மானத்துக்கும் பொருத்திப்பார்க்கலாம், இதே ஐந்து படிநிலைகளைப் பயன்படுத்தி எளிய, சிக்கலான எந்தப் பிரச்னைகளுக்கும் தீர்வு காணலாம், அதேசமயம், ஒவ்வொரு பிரச்னைக்கும்

வெவ்வேறு காரணிகள் இருக்கும் என்பதைமட்டும் நினைவில் வைக்கவும்.

இப்படி யோசித்துத் தீர்மானிக்காமல், யாரோ சொன்னார்கள் என்பதற்காக ஒரு விளையாட்டில் இறங்குகிறவர்களும் உண்டு, ஆனால் அது அவர்களுக்கு முழுமையான மகிழ்ச்சி தராது. ஏதோ விளையாடுவார்கள், அதில் வரும் சிறிய பிரச்னைகளும்கூட அவர்களுக்கு மிகப் பெரியதாகத் தோன்றும்.

மற்ற தீர்மானங்களும் இப்படித்தான். மாமா சொன்னார் என்று ஒரு கல்லூரியில் சேர்கிற மாணவனுக்கு அங்கே உள்ள சின்னக் குறைகளும் உறுத்தும், தானே யோசித்துத் தீர்மானித்திருந்தால், பெரிய குறைகளைக்கூடச் சகித்துக்கொண்டுவிடுவான். காரணம், இதையெல்லாம் அவன் முன்கூட்டியே யோசித்திருப்பான், அப்படியே யோசிக்கவில்லை என்றாலும், தான் தீர்மானம் எடுத்திருக்கிறோம் என்பதால் அதன் பின்விளைவுகளைச் சந்திக்க அவன் தயாராக இருப்பான்.

அப்படியானால், தீர்மானம் எடுக்கும்போது மற்றவர்கள் பேச்சைக் கேட்கக்கூடாதா?

கேட்கலாம், ஆனால் அந்தப் பேச்சுக்கு எவ்வளவு மரியாதை தருவது என்று நாம்தான் தீர்மானிக்கவேண்டும்.

உதாரணமாக, விளையாட்டு ஆசிரியர், 'எல்லாரும் இன்னிக்கு பேட்மின்டன் விளையாடலாம்' என்று சொன்னால், அவருடைய அதிகாரம் காரணமாகவோ, விளையாட்டைப்பற்றி அவருக்கு நிறைய விஷயங்கள் தெரியும் என்ற நம்பிக்கையாலோ அவர் சொல்வதை ஏற்றுக்கொள்ளலாம்.

அதே விஷயத்தைச் சக மாணவன் ஒருவன் சொன்னால், அல்லது சம்பந்தமே இல்லாத ஒருவர் சொன்னால், அதைக் கேட்பதும் கேட்காமலிருப்பதும் நம் இஷ்டம். முறைப்படி அலசிப்பார்த்துதான் தீர்மானிக்கவேண்டும்.

ஆடுகளத்துக்கு வெளியிலும், தீர்மானமெடுக்கும்போது நம்மைக்

குழப்புவதற்கும் நமக்கு உதவுவதற்கும் பலர் முன்வருவார்கள், அவர்கள் சொல்வதைக் கேட்டுக்கொள்ளலாம், அதை ஏற்பதற்குமுன்னால், அவர்களது தகுதியை அலசிப்பார்த்துப் பிறகு தீர்மானிப்பது நல்லது.

மூன்றாம் சுற்று

'என்ன சாப்பிடறீங்க?'

இந்த எளிய கேள்விக்கு, பலர் பலவிதமாகப் பதில் சொல்வார்கள். சிலர் 'எதையாவது கொடுங்க' என்பார்கள், சிலர், 'இட்லி, தோசை' என்று குறிப்பிடுவார்கள், சிலர், 'பொன்னிறமா, முறுகலா ஒரு தோசை, தொட்டுக்க மிளகாய்ப்பொடி' என்று கூடுதல் விவரங்களைச் சேர்ப்பார்கள்.

சூழலைப்பொறுத்தும் இதுமாறும். வீட்டில் 'எதைப்போட்டாலும்' சாப்பிடுகிறவர்கள் ஹோட்டலுக்குச் சென்றால் குறிப்பிட்ட உணவுவகைகள்தான் வேண்டும் என்று கேட்பார்கள், பயணம் செல்லும்போது, 'வயிறைப் பாதிக்காத மாதிரி எதாவது சாப்பிடணும்' என்று கவனமாக இருப்பார்கள்.

ஒருவருடைய வயது, உடல்நிலை போன்றவையும் இதற்குக் காரணமாகலாம். இளவயதில் கல்லைத்தின்றாலும் ஜீரணமாகும், முதியவர்கள், உடல் பருமனானவர்கள் சில குறிப்பிட்ட உணவு வகைகளைத்தான் சாப்பிடவேண்டும், குழந்தைகளுக்கு ஏற்ற உணவுவகைகளும் இருக்கின்றன, மாற்றிச் சாப்பிட்டால் பிரச்னை.

சில நேரங்களில், ஒரு குறிப்பிட்ட உணவைச் சாப்பிடவேண்டும் என்ற விருப்பம் இருந்தாலும், அது கிடைப்பதில்லை, அல்லது அதை வாங்குமளவுக்கு ஒருவரிடம் காசு இருப்பதில்லை. கிடைத்ததைச் சாப்பிடுகிறார்கள்.

ஆக, 'சாப்பாடு' என்பது ஒருவிஷயம், அதற்குள் பல வாய்ப்புகள் இருக்கின்றன, அவற்றில் ஒன்றைத் தேர்வுசெய்ய, அவரவருடைய மனோநிலை, சுற்றுச்சூழல், உடல்நிலை, வசதி வாய்ப்புகள் என்று பல காரணங்கள் உள்ளன.

இதேபோல், ஒருவருடைய ஆடை, செய்யும் வேலை, படிக்கும் புத்தகம், சந்திக்கும் மனிதர்கள் என்று சகலத்திலும் 'சாய்ஸ்' உண்டு, சில நேரங்களில் நாமே அதைத் தீர்மானிக்க இயலும், சில நேரங்களில் நமக்குத் தரப்பட்டதை வாங்கிக்கொள்ளவேண்டியதுதான்.

ஆனால், சாய்ஸ் உள்ளது என்பதே தெரியாமல் இருந்தால்?

ஹோட்டலுக்குச் செல்லும்போது மெனுகார்டைப் பார்க்கவேண்டும், அப்போதுதான் நாம் சாப்பிட என்னென்ன 'சாய்ஸ்' உள்ளது, அவை ஒவ்வொன்றின் விலை என்ன என்று நமக்குத் தெரியும், ஏதாவது ஒன்றைத் தேர்வுசெய்யலாம்.

அதற்குப்பதிலாக, எப்போதும் 'இட்லி'தான் சாப்பிடுவேன், பக்கத்திலிருக்கிறவருடைய ப்ளேட்டில் என்ன உள்ளதோ அதுவே எனக்கும் போதும், என் தாத்தாவுக்குப் பிடித்த உப்புமாதான் எனக்கும் வேண்டும் என்று சொல்லலாமா?

அடுத்து, மெனுகார்டைப் பார்த்தால்மட்டும் போதாது, அதில் என்ன இருக்கிறது என்பதைப் படிக்கத்தெரியவேண்டும், 'ரவா தோசை' என்றால், அது இப்படித்தான் இருக்கும், அதில் இந்தப் பொருள்கள் கலந்திருக்கும், அதைச் சாப்பிட்டால் உடலுக்கு இந்த நன்மை உண்டு, இந்தக் கெடுதல் உண்டு என்றெல்லாம் குத்துமதிப்பாகவேனும் தெரியவேண்டும். அப்போதுதான் சரியான சாய்ஸை எடுக்க இயலும்.

சாப்பாட்டு விஷயத்துக்கு இவ்வளவு அக்கப்போரா என்று நினைக்கவேண்டாம், இது ஓர் உதாரணம்தான், வாழ்வின் ஒவ்வொரு தருணத்திலும் நமக்கு இதுபோல் சாய்ஸ் இருக்கிறது என்பதைப் புரிந்துகொள்ளாவிட்டால், நாம் அதன்போக்கில் செல்வோம், நமது விருப்பப்படி அதனைத் திருப்ப இயலாது.

ஒரு சிறுவன் 'எனக்குப் பெரிய கிரிக்கெட்டராக ஆசை' என்கிறான். அவனிடம், 'கிரிக்கெட்டில் நீ என்னவாக விரும்புகிறாய்?' என்று ஒருவர் கேட்கிறார்.

அவன் உடனே, 'ஆல்ரவுண்டர்' என்பான். அதாவது, கிரிக்கெட்டி லுள்ள அனைத்துத் துறைகளிலும் சிறந்து விளங்கவேண்டும்.

இதன் அர்த்தம், அந்தப் பையன் உண்மையிலேயே பெரிய அளவில் சிந்திக்கிறான் என்பதல்ல, 'எதையாவது சாப்பிடக்கொடுங்க' என்கிறான், அவ்வளவுதான், அவனுக்கு சாய்ஸ் இருப்பதே தெரியவில்லை அல்லது இருக்கும் சாய்ஸ்களை எடைபோட்டு அதில் ஒன்றைத் தேர்ந்தெடுக்கத் தெரியவில்லை, எல்லாமே கவர்ச்சியாக இருக்கிறது, எல்லாமே வேண்டும் என்று தோன்றுகிறது, அதில் ஒன்றுதான் தனக்குப் பொருந்தும், அது எது என்று சிந்தித்துத் தேர்ந்தெடுக்கும் அளவுக்கு அவனுக்குக் கிரிக்கெட் இன்னும் பழகவில்லை.

இன்னும் சில ஆண்டுகள் கழித்து, அதே பையனிடம், 'என்னடா செய்யறே?' என்று கேட்டால், 'கிரிக்கெட் விளையாடறேன்' என்று சொல்லமாட்டான், 'அட்டாக்கிங் பேட்ஸ்மேனாகப் பயிற்சி எடுத்துகிட்டிருக்கேன்' என்பான். அதாவது, சாய்ஸ்கள் உள்ளது அவனுக்குத் தெரிந்துவிட்டது, அதில் ஒன்றைத் தேர்ந்தெடுத்துவிட்டான்.

அவன் என்ன அடிப்படையில் அதைத் தேர்ந்தெடுத்தான் என்பது நமக்கு முக்கியமில்லை, தேர்ந்தெடுத்திருக்கிறான் என்பதே பெரிய விஷயம்.

'கிரிக்கெட் விளையாடறேன்' என்ற பதிலே பெரும்பாலா னோருக்குப் போதுமானது, காரணம், அவர்களுக்கும் அதில்

இருக்கும் சாய்ஸ்பற்றித் தெரியாது.

ஆனால், ஒரு கிரிக்கெட்வீரரிடம் அந்தப் பையன் பேசினால், 'கிரிக்கெட் விளையாடறேன்' என்ற பதில் போதாது, இன்னும் நுணுக்கமாகப் பதில் சொல்லவேண்டும்.

கிரிக்கெட்போலவே, கால்பந்து, ஹாக்கி, அவ்வளவு ஏன், பெரும்பாலும் தனிநபர் விளையாட்டான டென்னிஸில்கூட சாய்ஸ் உண்டு, அவை அந்தந்த விளையாட்டுக்குள் ஆழமாகச் செல்கிறவர்களுக்குத் தெரியும், மற்றவர்களுக்குப் புரியாது.

ஆக, ஒரு பள்ளி மைதானத்தில் சேர்ந்து விளையாடிக் கொண்டிருக்கிற சிறுவர்களிலேயே, சிலர் சாய்ஸ் தெரிந்து விளையாடுவார்கள், சிலர் 'விளையாடுகிறோம்' என்கிற நிலையில்மட்டுமே இருப்பார்கள், அதற்குமேல் அவர்களுக்கு ஆட்ட நுணுக்கங்கள் புரியாது, இவர்களால் ஒருகட்டத்துக்குமேல் முன்னேறவும் இயலாது.

இதை நாம் அந்தப் பள்ளிகளின் வகுப்பறைகளிலும் பார்க்கலாம், கல்லூரிகளிலும், தொழிற்சாலைகளிலும், அலுவலகங்களிலும் கூடப் பார்க்கலாம், சிலர் கொடுத்தவேலையைச் செய்துவிட்டுச் சம்பளம் வாங்கிக்கொண்டு நிம்மதியாக இருப்பார்கள், சிலர், அதில் உள்ள வாய்ப்புகளைப் புரிந்துகொண்டு, தங்களுக்கு ஏற்றது எது என்று தேர்ந்தெடுத்து முன்னேறுவார்கள்.

ஆடுகளத்தில் நாம் தெரிந்துகொள்கிற முக்கியமான ஒரு விஷயம், எல்லாரும் ஒன்றல்ல. அங்கே ஒவ்வொருவருக்கும் ஒவ்வொரு பொறுப்பு இருக்கிறது, அதைச் செய்யச் சில தகுதிகள் இருக்கின்றன, அவற்றை வளர்த்துக்கொண்டால் அந்தப் பொறுப்புகளை நிறைவேற்றலாம், வெல்லலாம்.

அடுத்து, இந்தப் பொறுப்புகள் அனைத்தும் முக்கியமே. விக்கெட் கீப்பர் இல்லாத ஆட்டம் ருசிக்காது, எப்போதாவது டிராஃபிக் சிக்னல்போல் சிவப்பு, பச்சை விளக்குகளைப் போடுகிற தேர்ட் அம்பயர்கூட ஆட்டத்துக்கு அவசியம்தான்.

ஆக, நாம் எந்தப் பொறுப்பைத் தேர்ந்தெடுக்கிறோம் என்பதைவிட, அதை எப்படித் தேர்ந்தெடுக்கிறோம் என்பதுதான் முக்கியம். அதற்கான சிந்தனைத் தெளிவு நமக்கு வேண்டும், அந்த அளவுக்கு நாம் ஆட்டத்தைப் புரிந்துகொள்ளவேண்டும், அப்போதுதான் நம் வளர்ச்சி நம் கையில் இருக்கும்.

அதை விட்டுவிட்டு எல்லாவற்றுக்கும் ஆசைப்படுவது பயனளிக்காது. சாய்ஸ்களைப் புரிந்துகொள்ளவேண்டும், நம் தகுதிகளை எடைபோட்டு ஒரு சாய்ஸைத் தேர்ந்தெடுக்கவேண்டும், அல்லது தகுதிகளை வளர்த்துக்கொண்டு வேறொரு சிறந்த சாய்ஸைப் பெறுவதற்கு முயற்சிசெய்யவேண்டும். இது ஒரு தொடர்ச்சியான வேலை.

அப்படியானால், 'ஆல்ரவுண்டர்கள்' என்று யாரும் உண்மையில் இல்லையா?

இருக்கிறார்கள், ஆனால், இயல்பாகவே அவர்கள் ஒன்றுக்குமேற்பட்ட பொறுப்புகளில் சிறந்துவிளங்குவதால் அது அமைகிறது, சாய்ஸ் எடுக்கப் பயந்துகொண்டு, அல்லது சாய்ஸ் எடுக்கத் தெரியாமல், அல்லது சாய்ஸ் இருப்பதே தெரியாமல் விளையாடினால், அவர் 'ஆல்ரவுண்டர்' அல்ல, 'ஒன்றும் தெரியாத பேர்வழி'.

ஒரு நிறுவனத்தில் வேலைக்கான நேர்முகத்தேர்வு நடைபெறுகிறது, அதில் பலர் கலந்துகொள்கிறார்கள்.

ஒருவர், 'ஏதாவது ஒரு வேலை கொடுங்க, எதுவானாலும் நான் கத்துக்கிட்டுச் சிறப்பாச் செய்வேன்' என்கிறார். இன்னொருவர், 'இந்தக் குறிப்பிட்ட வேலைதான் எனக்கு வேண்டும், காரணம், அதற்கான எல்லாத் தகுதிகளும் எனக்கு உள்ளன, இதோ, அதை நிரூபிக்கும் சான்றிதழ்கள், கடிதங்கள்' என்று காட்டுகிறார்.

இந்த இருவரில் யார் அதிகத் திறமைசாலி என்பது இரண்டாம் பட்சம். முதல் நபருக்கு அந்த நிறுவனத்தைப்பற்றியோ, தொழில்துறையைப் பற்றியோ அதிகம் தெரியவில்லை, அல்லது அவர் தெரிந்துகொள்ள விரும்பவில்லை, மற்றவர்கள் தன்னைச் செலுத்தவேண்டும் என்று அவர் காத்திருக்கிறார், இரண்டாவது

நபர் தன்னைத்தானே செலுத்திக்கொள்கிறார், இதில் யாரை ஒரு மேலாளர் அதிகம் விரும்புவார்?

சிலர் இதனை *Flexibility* என்று நினைத்துக்கொண்டு ஏமாந்துவிடுவார்கள். *Flexibility* முக்கியம்தான், ஆனால் ‘எதுவானாலும் பரவாயில்லை’ என்பதைவிட, ‘என் சாய்ஸ் இது, ஆனால் ஒருவேளை நான் வேறு விஷயத்தைச் செய்யவேண்டும் என்றால், சமாளித்துக்கொண்டு செய்வேன்’ என்பதே சிறந்தது.

நாம் எல்லாருமே ‘எதையாவது கொடுங்க’ என்ற நிலையில்தான் பணிவாழ்க்கையைத் தொடங்குகிறோம். ஆனால், அங்கேயே நின்றுவிடுவதில்லை, கொஞ்சம்கொஞ்சமாக நம்மைச்சுற்றி நடப்பவற்றைக் கவனித்துக்கொண்டு, ‘கிரிக்கெட் விளையாடணும்’ என்ற விருப்பத்தை ‘நல்ல பேட்ஸ்மேனாகணும்’ என்று கூர்மைப்படுத்திக்கொள்கிறோம், பின்னர், ‘டெஸ்ட், ஒன் டே, டி20 என்று எல்லா வகைகளுக்கும் ஏற்ப என்னுடைய பேட்டிங்கை மாற்றப் பழகவேண்டும்’ என்கிறோம்... சாய்ஸ் உறுதியாகிறது!

பிரச்னை எதுவானாலும் சரி, அதைத் தீர்க்கும் வழிமுறைகள் ஒன்றல்ல, பல உண்டு, அதில் நாம் செய்யக்கூடியவையும் ஒன்றல்ல, பல உண்டு, இதை முதலில் புரிந்துகொள்ளவேண்டும்.

வீட்டுக்கு எதிரே ஒரு மரம் விழுந்துகிடக்கிறது என்றால், உடனே அதைத் தூக்கி அந்தப் பக்கம் நிறுத்துகிறவர்தான் பலவான் என்று அர்த்தமில்லை, அதைத் தூக்கக்கூடிய வண்டியை வாடகைக்கு எடுக்கிறவரும் பலவான்தான், அரசாங்கத்துக்கு ஃபோன் செய்து, உரிய நபரிடம் பேசி அதனை அகற்றை ஏற்பாடு செய்கிறவரும் பலவான்தான், மரத்தைத் துண்டுபோட்டு விற்று, அந்தப் பணத்தை ஒரு பள்ளிக்கு நன்கொடையாகத் தருகிறவரும் பலவான்தான், மரத்தைத் தூக்குபவர்களுக்குக் காபி,டீ வாங்கித்தருகிறவரும் பலவான்தான். இதில் நாம் எதைச் செய்ய இயலும் என்கிற சாய்ஸ் நம்மிடம் உள்ளது, இன்னொருவர் சொல்லவேண்டும் என்று எதிர்பார்த்துக்கொண்டிருக்கலாகாது.

இப்படி ஒவ்வொரு பிரச்னையிலும், ஒவ்வொரு தருணத்திலும் ஒன்றுக்கு மேற்பட்ட சாய்ஸ்கள் இருக்கின்றன. அவற்றைக் கவனிக்கவேண்டும், சிந்திக்கவேண்டும், எது நமக்குப் பொருந்தும் என்று தேர்ந்தெடுக்கவேண்டும், அதன்பிறகுதான் அதில் இறங்கவேண்டும்.

அதற்காக, 'நான் இதைத்தான் சாப்பிடுவேன்' என்று பிடிவாதம் பிடிக்கவேண்டியதில்லை. நம் முதல் சாய்ஸ் எது என்கிற தெளிவும், அந்த முதல் சாய்ஸை நாம் எப்படித் தேர்ந்தெடுத்தோம், ஏன் தேர்ந்தெடுத்தோம் என்கிற அறிவும் வேண்டும். ஒருவேளை, நமக்கு இரண்டாவது சாய்ஸ்தான் கிடைக்கிறது என்றாலும், அதில் திறமையுடன் செயல்பட்டு முன்னேறலாம்!

நான்காம் சுற்று

‘**எ**ன்னால் இந்த மலையைச் சுமக்க இயலும்’ என்றான் ஒரு பயில்வான்.

அவனைப் பார்த்து எல்லாரும் சிரித்தார்கள், ‘என்னதான் நீ பலசாலியாக இருந்தாலும், உன்னால் மலையையெல்லாம் தூக்கஇயலாது, சும்மா விளையாடாதே!’ என்றார்கள்.

‘இல்லை, நான் நிச்சயமாக மலையைச் சுமப்பேன்’ என்றான் அவன், ‘என்ன பெட்?’

அந்த ஊரில் இருந்த எல்லாரும் ஆளுக்கு ஐந்து ரூபாய் பெட் கட்டினார்கள். மொத்தம் எட்டாயிரம் ரூபாய் வசூலானது.

இப்போது, அந்தப் பயில்வான் மலையைத் தூக்கிக் காண்பித்தால், எட்டாயிரம் ரூபாய் அவருக்கு, இல்லாவிட்டால், அவர் மக்களுக்கு எட்டாயிரம் ரூபாய் தரவேண்டும்.

பயில்வான் மிகவும் தைரியமாகவே இருந்தான், ‘நான் மலையைச் சுமக்கத் தயார்’ என்று மறுபடியும் சொன்னான்.

‘சரி, எப்போது சுமப்பாய்?’

‘நாளைக் காலை பதினொரு மணிக்கு.’

மறுநாள் காலை, அந்த மலையடிவாரத்தில் பெரிய கூட்டம். மக்களெல்லாம் பயில்வான் மலையைத் தூக்குவதைக் காண வந்திருந்தார்கள். ஒருவேளை பயில்வான் நிஜமாகவே அந்த மலையைத் தூக்கிவிட்டால், ஓர் அபூர்வமான காட்சியைப் பார்க்கலாம், இல்லாவிட்டால், அவர் தருகிற பணத்தை வாங்கிக்கொண்டு சந்தோஷமாகத் திரும்பிவரலாம்!

பயில்வான் வந்தான், முதுகில் எண்ணெய் பூசிக்கொண்டான், மசாஜ் செய்துகொண்டான், நான்குமுறை மேலும் கீழுமாகக் குதித்தான், பிறகு, குனிந்து உட்கார்ந்தான், ‘ஆகட்டும்!’ என்றான்.

‘என்ன ஆகட்டும்?’

‘மலையைத் தூக்கி என் முதுகில் வையுங்கள், சுமக்கிறேன்!’

‘யோவ், உனக்கென்ன கிறுக்குப் பிடிச்சிருக்கா? மலையை எப்படி நாங்க தூக்கறது? நீதானே தூக்கணும்?’

‘நான் மலையைச் சுமக்கறதாச் சொன்னேன், தூக்கறதாச் சொல்லலையே!’ என்றான் பயில்வான், ‘நீங்க தூக்கி என் முதுகுல வைங்க, தாராளமாச் சுமக்கறேன்!’

அப்போதுதான், கிராம மக்களுக்குத் தாங்கள் ஏமாற்றப்பட்டது புரிந்தது. தந்திரமாகப்பேசி அந்தப் பயில்வான் ஆயிரக்கணக்கில் பணத்தைச் சுருட்டிவிட்டான்.

மக்கள் விளையாட நினைத்தது, ‘மலையைத் தூக்குகிற ஆட்டம்’. அதில் அந்தப் பயில்வானால் ஜெயிக்கவே இயலாது என்பது அவர்களுக்குத் தெரியும், பயில்வானுக்கும் தெரியும்.

காரணம், அந்த ஆட்டத்தின் விதிமுறை மிகக் கடினமானது: மலையைத் தூக்கவேண்டும், பிறகு சுமக்கவேண்டும். மனிதர்களால் மலையைத் தூக்கவே இயலாது என்கிறபோது, சுமப்பது எப்படி?

ஆகவே, அந்த விளையாட்டையே பயில்வான் மாற்றிவிட்டான், மலையைச் சுமக்கிற ஆட்டமாக்கிவிட்டான். 'தூக்கி முதுகில் வை, சுமக்கிறேன்' என்கிறான்.

இப்போது, ஆட்டத்தின் விதிமுறைகள் மாறிவிட்டன, 'மலையைச் சுமக்கவேண்டும்', அவ்வளவுதான், தூக்குகிற பொறுப்பு அவனுடையதில்லை!

ஆக, யாராலும் மலையைத் தூக்கஇயலாது, அவன் முதுகில் வைக்கஇயலாது, ஆகவே, அவனால் மலையைச் சுமக்கவும்இயலாது என்பதை நிரூபிப்பது சாத்தியமே இல்லை, பயில்வான் இந்த விளையாட்டில் ஜெயித்துவிட்டான்!

பச்சையான ஏமாற்றுவேலைதான். ஆனால், பயில்வான் எப்படி ஜெயித்தான் என்று கொஞ்சம் யோசியுங்கள்!

இங்கே அவன் ஒரு புதிய விளையாட்டை உருவாக்கியிருக்கிறான், பழைய விளையாட்டின் விதிமுறைகளை உடைத்துப் போட்டுவிட்டான், தான் எப்போதும் ஜெயிக்கிறமாதிரி ஒரு விளையாட்டை உருவாக்கிவிட்டான்.

இது எல்லாருக்கும் சாத்தியமில்லை. கிரிக்கெட் விளையாட்டு என்றால், ஒரு பேட், ஒரு பந்துதான். எனக்குமட்டும் இரண்டு பேட் வேண்டும் என்று ஒருவர் சொல்லஇயலாது.

சரி, அந்த ஒரு பேட்டைக் கொஞ்சம் பெரியதாக வைத்துக் கொள்ளலாமா? அதற்குள் ஸ்ப்ரிங் வைத்துப் பந்துகளை விளாசலாமா?

ம்ஹூம், அனுமதி கிடையாது!

பந்து வீச்சாளர் இஷ்டப்படி பந்தை வேகமாக, உயரமாக எறியலாமா? பேட்ஸ்மேனைத் தாக்குவதுபோல் பந்து வீசலாமா?

ம்ஹூம், அதற்கும் அனுமதி கிடையாது!

ஒவ்வொரு விளையாட்டும் இப்படித்தான், பந்து, மட்டை,

விளையாட்டு அரங்கத்தின் நீளஅகலம், வீரர்களின் எண்ணிக்கை, அவர்கள் எப்படிச் செயல்படவேண்டும் என்று அனைத்துக்கும் விதிமுறைகள் வகுக்கப்பட்டிருக்கின்றன. இவற்றைக் கற்றுக்கொள்வதுதான் ஒரு விளையாட்டுவீரரின் முதல் வேலையே.

காரணம், விதிமுறைகள் தெரியாவிட்டால் சிறப்பாக விளையாடஇயலாது. அவற்றுக்குள் நம்முடைய திறமையைக் காண்பிக்கவேண்டும், அதுதான் பெரிய சாதனை.

உதாரணமாக, பந்துவீசுவதற்கென்று ஏழெட்டு முறைகள் இருக்கின்றன. உலகம்முழுக்க நூற்றுக்கணக்கான வீரர்கள் அப்படித்தான் பந்து வீசிக்கொண்டிருக்கிறார்கள். ஆனால், சிலர் பந்து வீசும்போது மட்டும் எதிரணி வீரர்கள் பயப்படுகிறார்களே, ஏன்? அவர்களுடைய பந்துகள் கனமானவையா, அல்லது அவை மட்டும் அதிவேகத்தில் வருகின்றனவா?

அதெல்லாம் இல்லை, அவர்கள் விதிமுறைகளை மீறுவதில்லை, அந்த விதிமுறைகளை மதித்தபடி, அதேசமயம் அவற்றைப் பயன்படுத்தி எப்படித் திறமையாகப் பந்துவீசுவது என்று அவர்களுக்குத் தெரிந்திருக்கிறது, அதன்படி எதிராளிகளை மிரட்டுகிறார்கள், 'மலையைத் தூக்கி முதுகில் வை, சுமக்கிறேன்' என்று சொன்ன பயில்வானைவிட இவர்கள் பெரியாள்கள்!

சிலருக்கு விதிமுறைகளே பிடிக்காது, இஷ்டம்போல் விளையாடவேண்டும் என்று நினைப்பார்கள்.

அந்தவகை விளையாட்டும் முக்கியம்தான். குழந்தைகள் ஓடியாடும்போது எந்த விதிமுறைகளையும் பின்பற்றுவதில்லை, மனமகிழ்ச்சி ஒன்றே குறிக்கோள் என்று நினைக்கிறார்கள்.

ஆனால், அப்படிப்பட்ட விளையாட்டுகள் அந்தந்தக் கணங்களுக்கானவை. அவற்றில் ஒரு போட்டி உணர்வோ, வெற்றிப் பெருமிதமோ உருவாகாது.

மாறாக, தெளிவாக வரையறுக்கப்பட்ட விதிமுறைகளை

உணர்ந்து பின்பற்றும்போது, அந்தச் சவாலே தனி. அதில் ஏமாற்றாமல் வெல்லும்போது வருகிற பெருமிதம் அலாதியானது.

சமையல் செய்கிற ஒருவருக்கு, ஃப்ரிட்ஜ் நிறையக் காய்கறிகள் இருந்துவிட்டால் மிகவும் வசதிதான். எதைவேண்டுமானாலும் சமைக்கலாம்.

அதே நபரிடம் இரண்டு காய்கறிகளையும் கொஞ்சம் மளிகை சாமான்களையும் தந்து எதையாவது சமைக்கவேண்டும் என்று சொன்னால், அவர் தன்னுடைய முழுத்திறமையையும் அங்கே பயன்படுத்தவேண்டியிருக்கும். அப்படிப்பட்ட சூழ்நிலையிலும் அவர் பிரமாதமாகச் சமைத்து சபாஷ் வாங்குகிறார் என்றால், அதுதானே பெரிய விஷயம்!

'காம்பினில் பசும்பால் கறந்தால், அதுவா சாதனை? கொம்பிலும் நான் கொஞ்சம் கறப்பேன், அதுதான் சாதனை' என்று வைரமுத்து ஒரு பாடலில் எழுதியிருப்பார். கட்டுப்பாடுகளுக்குள் விளையாடுவது கிட்டத்தட்ட அதுபோன்றதொரு சவால்தான்.

சில விளையாட்டுகளில் வேண்டுமென்றே தடைகள் உருவாக்கப்படுவது இந்தச் சவாலை மேலும் சுவாரஸ்யமாக்கும். ஓட்டப்பந்தயத்தில் தடைகளைத் தாண்டி ஓடுவது, இசை நாற்காலியில் ஒவ்வொரு நாற்காலியாக அகற்றப்படுவது போன்றவை விளையாடுவோர் மத்தியில் பதற்றத்தை உண்டாக்கி, அவர்களுடைய விளையாட்டுத்திறனைத் தூண்டுகின்றன.

பள்ளி மாணவர்கள் பரீட்சை எழுதுகிறார்கள் என்றால், அங்கேயும் விளையாட்டுப்போல் சவாலான விதிமுறைகள் உண்டு. எந்தப் பாடத்திலிருந்து கேள்விகள் வரும் என்பது தெரியாது, என்னமாதிரியான கேள்விகள் வரும் என்பது தெரியாது, கேள்வித்தாள் தயாரிக்கிறவர் தன்னுடைய விருப்பத்தின்படி உருவாக்கும் கேள்விகளைப் படித்து, மூன்றுமணிநேரத்துக்குள் பதில் எழுதவேண்டும், அதில் கையெழுத்து, சொற்கள், வாக்கிய அமைப்புகள், படங்கள் எல்லாம் தெளிவாக அமையவேண்டும்... இந்த விதிமுறைகள் எல்லாருக்கும் பொதுவானவை, எந்த ஒரு

மாணவனும் இவற்றைப் பின்பற்றிதான் வென்றாகவேண்டும். ‘எனக்குமட்டும் பதினைந்து நிமிடம் எக்ஸ்ட்ரா கொடுங்கள்’ என்று கேட்கஇயலாது.

சில நேரங்களில், இந்த விதிமுறைகள் வெளிப்படையாகச் சொல்லப்படுவதில்லை. ஆட்டப்போக்கில் அவற்றைப் புரிந்துகொண்டு விளையாடவேண்டும்.

உதாரணமாக, நேர்முகத்தேர்வுக்குச் செல்கிற ஒருவரிடம் இன்னமாதிரி கேள்விகள்தான் கேட்கப்படும் என்று எந்த வரையறையும் கிடையாது. அவர் படித்ததிலிருந்து, அல்லது அதற்கு வெளியிலிருந்து எந்தக் கேள்வியையும் கேட்கலாம், அவர் பதில் சொல்லவேண்டும்.

அதேபோல், நேர்முகத்தேர்வு ஐந்து நிமிடமும் நடக்கலாம், மூன்றுமணிநேரமும் நடக்கலாம், ஒரு சுற்று, இரண்டு சுற்று, ஐந்து, ஆறு சுற்றுகள்கூட நடக்கலாம். ஒவ்வொரு கட்டத்திலும் கேள்விகள் கடினமாகும், சமாளித்து முன்னேறவேண்டும்.

இவையெல்லாம், எதிர்பாராத அதிர்ச்சிகள் அல்ல, சரியான முன்தயாரிப்புடன் செல்கிறவர்களால் இவற்றைச் சமாளிக்கஇயலும். இதைதான் விளையாட்டுகள் நமக்குச் சொல்கின்றன.

விளையாட்டின் விதிமுறைகள் தெரியாமல் உள்ளே வருகிறவர்கள் திகைத்துப்போய் நிற்பார்கள், அப்போது, அந்த விதிமுறைகளைத் தெரிந்துகொண்டு விளையாட வருகிறவர்கள் அவர்களைச் சுலபமாக வென்றுவிடுவார்கள். அதனால்தான், சிறுவயதிலிருந்து இந்த விதிமுறைகளை ஒழுங்காகச் சொல்லித்தருவது, அவற்றை ஒழுக்கத்துடன் பின்பற்றுமாறு வற்புறுத்துவது ஆகியவற்றில் ஆசிரியர்கள் கவனம் செலுத்துகிறார்கள்.

அதுபோல, எந்த ஒரு புதிய சவாலையும் சந்திப்பதற்குமுன்னால், அதுதொடர்பான விதிமுறைகளை விசாரிக்கத் தொடங்கலாம். ஆரம்பத்தில் ஒன்றுமே புரியாததுபோல்தான் இருக்கும். ஆனால், கொஞ்சம் ஆராயஆரம்பித்தால் அடிப்படை

விஷயங்கள் விளங்கத்தொடங்கும், அதற்காக நேரம் செலவிடத் தயங்கக்கூடாது.

உதாரணமாக, 'மலையைச் சுமக்கிறேன்' என்று சொன்ன பயில்வானின் கதையைக் கொஞ்சம் மாற்றிப்பார்க்கலாம். அந்தப் பயில்வான் சென்ற கிராமத்தில் ஒரு சிறுமி, அவள் அந்தப் பயில்வானைச் சந்திக்க வருகிறாள், 'நீங்க மலையைத் தூக்கிடுவீங்களா?' என்று கேட்கிறாள்.

பயில்வான் விவரமானவன், 'ஓ! நான் மலையைச் சுமப்பேனே!' என்று பதில் சொல்கிறான்.

'எப்படிச் சுமப்பீங்க?'

'இதோ, இப்படித்தான்!' என்று குனிந்து வேடிக்கை காட்டுகிறான் பயில்வான்.

'இதுக்குமுன்னாடி இப்படிச் சுமந்திருக்கீங்களா?'

'இல்லை!'

'ஏன் இல்லை?'

பயில்வான் திருதிருவென்று விழிக்கிறான், 'யாரும் மலையைத் தூக்கி என் முதுகில் வைக்கவில்லை, அதனால் நான் மலையைச் சுமக்கவில்லை' என்று உண்மையைச் சொல்லவேண்டிய கட்டாயம் அவனுக்கு ஏற்பட்டுவிடுகிறது.

இப்படி என்ன நடக்கிறது என்பதை விசாரிக்காமல் 'மலையைச் சுமக்கிறேன்' என்ற வார்த்தையைமட்டும் நம்பி ஆயிரக்கணக்கில் பணத்தைக் கொடுத்தால், பின்னர் 'தூக்கிவைத்தால் சுமப்பேன்' என்ற விதிமுறையைக் கேட்டு நொந்துபோகவேண்டியதுதான். விதிமுறைகள் தெரியாமல் விளையாடவருவது ஆபத்து!

ஒவ்வொரு விளையாட்டுக்கும் ஒரு விதிமுறைப்புத்தகம் இருக்கிறது. அதைப் படித்தோ, மற்றவர்களிடம் கேட்டோ, அவர்கள் விளையாடுவதைப் பார்த்தோ கற்றுக்கொள்ளலாம்,

பிழைகள் செய்யலாம், அதை மற்றவர்கள் சுட்டிக்காட்டும்போது, இன்னும் நிறைய விஷயங்களைத் தெரிந்துகொள்ளலாம்.

இந்த விதிமுறைகள் என்றைக்கும் மாறாதவை அல்ல. நேரத்தைப்பொறுத்து, சூழ்நிலையைப்பொறுத்து, இன்னும் பல காரணங்களுக்காக இவை மாறலாம். ஆகவே, அவற்றைத் தொடர்ந்து கவனிப்பதும், அவற்றுக்கேற்ப நம் அணுகுமுறையை மாற்றிக்கொள்வதும் அவசியம்.

உதாரணமாக, ஆடம்பர கார் தயாரிக்கும் ஒரு நிறுவனம், பொதுமக்களுக்கான கார் ஒன்றைத் தயாரிக்க விரும்பினால், அதே பழைய நுட்பங்களை, செயல்முறைகளை, விளம்பரங்களைப் பின்பற்ற இயலாது. குறைந்த விலையில் சரியான காரைத் தயாரிக்கவேண்டும் என்று சிந்தித்தால்தான் அவர்களால் முன்னேற இயலும்.

அதேசமயம், காரின் தரம், பாதுகாப்பு போன்ற விஷயங்களில் சமரசம் கூடாது. அந்த விதிமுறைகளை மாற்றிவிடக்கூடாது, அந்தப் பயில்வான் செய்த தவறைக் கார் கம்பெனி செய்தால், அவர்களுடைய காரை யாருமே வாங்கமாட்டார்கள்.

விளையாட்டின் அடிப்படைகளை விட்டுக்கொடுக்காமல், விதிமுறைகளுக்குள் நம் திறமையைக் காட்டி முன்னேறினால், பெரிய அளவில் வெல்லலாம்!

ஐந்தாம் சுற்று

'**நா**ன் எந்த அணி?'

ஒருகோணத்தில் இது சாதாரணமான கேள்வி. இன்னொரு கோணத்தில், மிகவும் தத்துவார்த்தமான கேள்வி.

ஐபிஎல்லில் தோனியும் கோலியும் எதிரெதிர் அணிகளில் மோதுகிறார்கள். அவர்களுக்குள் போட்டி தூள்பறக்கிறது. ஒருவருடைய மனத்தை இன்னொருவர் புரிந்துகொள்ள முயற்சிசெய்து, அதனை அவர்களுக்கெதிராகப் பயன்படுத்தி வெற்றிபெறுகிறார்கள்.

அதே தோனியும் கோலியும் இந்திய அணிக்காகச் சேர்ந்து விளையாடும்போது, இவ்வாறு ஒருவர் மனத்தை ஒருவர் புரிந்துகொள்ளுதல் வேறுவிதமாகப் பயன்படுகிறது. இப்போது அவர்கள் இருவரும் ஒரே அணி, அதற்கேற்ப அவர்கள் சேர்ந்து விளையாடவேண்டும், தங்கள் அணியின் வெற்றிக்குப் பாடுபடவேண்டும்.

இரண்டிலும் ஒரே மனிதர்கள்தான், ஒரே விளையாட்டுதான், ஒரே உத்திதான், ஒரே வெற்றிதான், ஆனால், அணி மாறிவிட்டதால் எல்லாமே மாறிவிடுகிறது.

இத்தனைக்கும், இந்த இரண்டு ஆட்டங்களுக்கும் இடையே ஒரு வாரம்தான் இடைவெளி. சில நேரங்களில் ஒரே நாள் இடைவெளியில் இப்படி மனத்தை மாற்றிக்கொண்டு விளையாடவேண்டிய தேவை ஏற்படுவதுண்டு.

இந்திய அணியில் இவர்கள் இருவரும் சேர்ந்து விளையாடும்போது, தோனி தனக்குத் தெரிந்த நுட்பங்களை, தன்னுடைய ரகசியங்களை வெளிப்படையாகக் கோலிக்குச் சொல்வாரா? அப்படிச் சொன்னால், பின்னர் அது தனக்கு எதிராகவே ஐபிஎல்லில் பயன்படுத்தக்கூடும் என்று நினைத்துப் பேசாமல் இருந்துவிடுவாரா? அப்படி இருந்தால், அவர் இந்திய அணிக்குச் செய்யும் துரோகம் ஆகாதா? பேசினால், அது அவரது ஐபிஎல் அணிக்குச் செய்யும் துரோகம் ஆகாதா?

இங்கேதான் *Professional Ethics* எனப்படும் தொழில் ஒழுக்கங்களைப்பற்றிப் பேசவேண்டியிருக்கிறது. ஒரு தொழில்சார்ந்து தன்னிடம் தரப்படும் விவரங்களை, அந்த நபர் வேறு நோக்கங்களுக்காகப் பயன்படுத்தக்கூடாது.

உதாரணமாக, ஒரு வழக்கறிஞரிடம் வரும் கட்சிக்காரர் பலவிதமான ரகசியங்களைச் சொல்லக்கூடும், அவற்றை அந்த வழக்கறிஞர் சம்பந்தப்பட்ட வழக்கில் வாதாடுவதற்கும், நீதிபதி, பிற வழக்கறிஞர்கள் முன்னே சொல்வதற்கும்தான் பயன்படுத்தவேண்டும், அந்த விவரங்களை வைத்துக்கொண்டு பின்னர் தனது கட்சிக்காரரை மிரட்டக்கூடாது, பொதுஇடத்தில் 'உன்னைப்பத்தித் தெரியாதா?' என்று பேசக்கூடாது.

ஏன்? அப்படிப் பேசாதபடி அவரைத் தடுப்பது என்ன?

ஒரு வழக்கறிஞராக அவர் பொறுப்பேற்றுக்கொண்டபோது, தனது தொழில்சார்ந்து இந்த ஒழுக்கங்களைக் கடைப்பிடிப்பதாக அவர் உறுதியேற்கிறார். தன்னிடம் சொல்லப்படும் விவரங்கள் தான் ஒரு வழக்கறிஞர் என்கிற காரணத்தினாலேயே சொல்லப்படுகின்றன, தன்னிடம் தனிப்பட்டமுறையில் சொல்லப்படுவதில்லை என்பதை அவர் உணர்ந்திருக்கிறார்,

இந்த உறுதியும் உணர்வுகளும் அவரைக் கட்டுப்படுத்துகின்றன.

ஆனால், நிஜத்தில் என்ன நடக்கிறது? கிரிக்கெட் வீரர்கள் ரிடையரானதும் தங்களுடைய சகவீரர்களைப்பற்றிய ரகசியங்களைப் பொதுவில் பேசுகிறார்கள், இதனால் பிறருக்குச் சங்கடம் ஏற்படுமே என்றுகூட அவர்கள் யோசிப்பதில்லை, அதைவிட மோசம், எதிரணி இதைப் பயன்படுத்திக்கொள்ளுமோ என்கிற ஜாக்கிரதை உணர்வு இருப்பதில்லை.

ரிடையரானதும், அவர்களது ஒப்பந்தம் நிறைவுக்கு வந்துவிடுகிறது. ஆகவே, சட்டபூர்வமாக இவற்றைப் பேசும் உரிமை அவர்களுக்கு வந்துவிடலாம், ஆனால், உணர்வுபூர்வமாகத் தான் போட்டுக்கொண்ட கட்டுப்பாட்டை அவர்கள் மீறலாமா? நாளைக்கு இதுபோன்ற ஒரு சூழ்நிலையில் சகவீரரிடம் எதையாவது பகிர்ந்துகொள்ளவேண்டிய ஒருவர், 'இது வெளிச்சத்துக்கு வந்துவிடுமோ' என்று பேசாமல் இருந்துவிட்டால், அதனால் அணிக்கு ஏற்படும் இழப்புகளை யார் ஈடுகட்டுவது?

ஆக, விளையாடும்போது தான் எந்த அணி என்று உணர்ந்து, அதற்கேற்ப மாறிவிடுவது ஓர் அவசியத்தேவை. இன்னொரு சூழ்நிலையில், இன்னோர் அணிக்காக விளையாடும்போது அதற்கேற்ப மீண்டும் மாறிக்கொள்ளவேண்டும். காரணம், ஒவ்வோர் அணியிலும் இணையும்போது நாம் வெவ்வேறு கட்டுப்பாடுகளுக்கு உட்படுகிறோம். இதை நாம் காகிதத்தில் எழுதிக் கையெழுத்துப்போடவேண்டியதில்லை, உணர்வுரீதியில் அந்தப் பிணைப்பு நமக்கு இருக்கவேண்டும்.

உதாரணமாக, ஒரு நண்பர் நம்மிடம் தனது சொந்தப்பிரச்னையைச் சொல்லும்போது, *Non Disclosure Agreement* எனப்படும் 'இதை வெளியே சொல்லக்கூடாது' என்ற ஒப்பந்தத்தை எழுதிக் கையெழுத்து வாங்கிக்கொள்வதில்லை. சில நேரங்களில், 'இது நமக்குள்ள இருக்கட்டும்' என்று சொல்வார்கள், சில நேரங்களில் அதையும் சொல்லமாட்டார்கள், காரணம், அவரது நண்பரானபோது நீங்கள் உணர்வுபூர்வமாக அவரிடம் ஓர்

ஒப்பந்தம் செய்துகொண்டுள்ளீர்கள், அதை அவர் நம்புகிறார், ஆகவே தன் பிரச்னையை உங்களிடம் சொல்கிறார், அந்த ஒப்பந்தத்துக்கு நீங்கள் துரோகம் செய்யக்கூடாது.

இன்றைக்குத் தன் தெரு நண்பர்களுடன் சும்மா ஃபுட்பால் விளையாடுகிற ஒருவர், நாளைக்கே தனது பள்ளி அணிக்காக விளையாடும்போது, வேறுவிதமான ஒழுக்கநெறிமுறைகளைப் பின்பற்றவேண்டியிருக்கும். இவற்றை அச்சிட்டுத்தந்து கையெழுத்து வாங்கிக்கொள்வது மேற்கத்திய மரபு, உணர்வினால் நாம் பிணைந்தோம் என்று பின்பற்றுவது நமது பழக்கம்.

ஒருவேளை இந்த நெறிமுறைகள் ஒருவருக்குத் தெரியாவிட்டால்?

தெரிந்தவரைக் கேட்கவேண்டும். தானாக இவைதான் நெறிமுறைகள் என்று எண்ணிக்கொண்டு பின்பற்றக்கூடாது.

சில நேரங்களில், இவை ஒருவருக்குச் சொல்லாமலே புரியும். உதாரணமாக, ஒரு கிரிக்கெட் வீரரிடம் சூதாட்டக்காரர் ஒருவர் பேசுகிறார், 'இந்த மேட்ச்ல நீங்க அஞ்சு ரன்ல அவுட்ஆகணும், அதுக்கு நாங்க இத்தனை லட்சம் தர்றோம்' என்கிறார்.

அப்போது, 'இதனை ஏற்கக்கூடாது, இது நியாயமில்லை' என்பது அவருக்கே தெரியும். காரணம், அது சட்டபூர்வமான தவறு.

வேறு சில சூழ்நிலைகளில், சட்டப்படி சரியாக இருக்கலாம், ஆனால், தர்மப்படி தவறு என்கிற சூழ்நிலைகள் வரும், இவற்றைப் புரிந்துகொள்வது எல்லாருக்கும் எளிதல்ல.

உதாரணமாக, ஒரு விளையாட்டுவீரர் விழாவொன்றில் கலந்து கொள்கிறார். அங்கே எல்லாரும் அவரைப் பாராட்டுகிறார்கள். அவரிடம் கேள்வி கேட்கிறார்கள்.

ஒரு சிறுவன் எழுந்து நின்று, 'நான் சின்னவயதிலிருந்து உங்களுடைய விளையாட்டை டிவியில் பார்த்து, அதனால் நானும் இந்த விளையாட்டில் சிறந்துவிளங்கவேண்டும் என்று ஆர்வம் கொண்டேன், எனக்குச் சில நுட்பங்களைச்

சொல்லித்தருவீர்களா?' என்று கேட்கிறான். மகிழ்ந்துபோன விளையாட்டுவீரர் அவனுக்கு விரிவாகப் பதில் சொல்கிறார்.

இப்போது, அவர் எதையெல்லாம் பேசலாம், எதையெல்லாம் பேசக்கூடாது? இதை யார் வரையறுத்துள்ளார்கள்? அந்தக் கட்டுப்பாடுகள் அவருக்குத் தெரியுமா?

ஒருவேளை, அந்தச் சிறுவன் எதிரணியால் வேண்டுமென்றே அனுப்பப்பட்டிருந்தால்? இதுபோல் ஓர் ஐஸ் நிகழ்ச்சிக்கு ஏற்பாடு செய்து, உணர்வுபூர்வமாக ஒரு சிறுவனைவைத்து அவரைக் கவிழ்த்துவிடலாம் என்று அவர்கள் எண்ணியிருந்தால்? பேச்சுவாக்கில் அவர் சொல்லும் விஷயங்களை அவர்கள் தங்களுக்குச் சாதகமாகப் பயன்படுத்திக்கொண்டால்?

'இதெல்லாம் டூமச்' என்று எண்ணவேண்டாம், போட்டிகள் நிறைந்த விளையாட்டு உலகத்தில் இப்படி 'உளவு பார்ப்பது' சர்வசாதாரணமாகிவிட்டது.

அதற்காக அவர் கற்றுக்கொடுக்காமல் இருக்கவேண்டியதில்லை, ஆனால், தன் அனுபவத்தை, திறமையைப் பகிர்ந்துகொள்வது தன் அணிக்கு பாதிப்பை உண்டாக்கி விடாதபடி பார்த்துக்கொள்ளவேண்டும், தன் பேச்சில் ஏதேனும் ரகசியங்கள் கசிகின்றனவா என்று தொடர்ந்து கவனித்துக் கொண்டிருக்கவேண்டும்.

பல முக்கியமான விளையாட்டுப் போட்டிகளின்போது வீரர்களுடன் அவர்களுடைய குடும்பத்தினர், காதலிகள் வரக்கூடாது என்று கட்டுப்பாடுகள் விதிக்க இதுவும் ஒரு காரணம். காதல் மயக்கத்திலோ போதையிலோ அவர்கள் ஏதேனும் ஒரு முக்கியமான விஷயத்தை உளறிவிட்டால்?

அட, அவ்வளவு தூரம் செல்வானேன். ஒருவர் ஃபேஸ்புக்கில் செல்ஃபி ஒன்றை வெளியிடுகிறார். அப்போது அவருடைய மேஜைமீது ஒரு புத்தகம் இருப்பது தெரிகிறது, அந்தப் புத்தகம் அவர்களுடைய அணி அடுத்த போட்டியில் பயன்படுத்தவுள்ள உத்தியைப்பற்றியது.

இப்போது, அந்தப் புகைப்படமே அவர்களுடைய ரகசியத்தைச் சொல்லிவிடுமே. எதிரணியில் இதுபோல் தெரியாமல் வந்துவிழுகிற உண்மைகளைக் கைப்பற்றுவதற்கென்று ஒரு பெரிய கூட்டமே இருக்குமே!

ஆக, விளையாடுகிற ஒருவர் தனிமனிதரில்லை, அவர் சார்ந்துள்ள ஒவ்வோர் அணியும் அவரிடம் பல உண்மைகளைப் பகிர்ந்துகொள்கின்றன, அவற்றை அவர் தனது தனிப்பட்ட விளையாட்டுக்காகவும் அணியின் முன்னேற்றத்துக்காகவும்தான் பயன்படுத்தவேண்டும், மற்றவர்களுக்குச் சொல்லக்கூடாது.

இந்த ஒழுக்கம் மற்ற துறைகளிலும் முக்கியம். வங்கி அதிகாரி ஒருவர் தன்னுடைய மின்னஞ்சல் கடவுச்சொல்லைத் தன் மனைவிக்கோ மகனுக்கோ சொல்லக்கூடாது, முக்கியமான ஒப்பந்தங்களைப்பற்றிய விவரங்களை வீட்டுக்குக் கொண்டுவரக்கூடாது, சாவிகளை எல்லார் கையிலும் சிக்கும்படி வைக்கக்கூடாது.

காரணம், இதுபோன்ற விஷயங்களைக் கவ்வுவதற்காகவே எதிரிகள் காத்திருப்பார்கள். *'Industrial Espionage'* என்று தேடிப்பாருங்கள், பிற நிறுவனங்களின் ரகசியங்களைத் திருடுவதற்காக ஒவ்வொருவரும் என்னவெல்லாம் செய்கிறார்கள் என்பது புரியும், அவர்கள் குறிவைப்பது, அந்த அணிகளின் அப்பாவி உறுப்பினர்களைத்தான் என்பதும் தெரியும்.

ரகசியக்காப்பு என்பதைப் பலரும் தீவிரமாக எடுத்துக் கொள்வதில்லை. அலுவலகத்தினுள் பேசப்படுகிற விஷயங்கள் அங்கேயே இருக்கவேண்டும், வெளியே வந்து டீக்கடையில் அதைப் பேசினால், அந்த டீக்கடைப்பையன் எதிர்க்கட்சியின் உளவாளியாக இருக்கலாம். அவன் பாக்கெட்டில் ஒரு டேப்ரெக்கார்டர் உங்கள் பேச்சை அப்படியே பதிவுசெய்து கொண்டிருக்கலாம். இத்தனைக்கும் இன்றைய நவீன தொழில்நுட்பம் வழிவகுக்கிறது.

நம்மால் தொழில்நுட்பத்துடன் போட்டியிட இயலாது.

விளையாட்டுவீரர்களிடமிருந்து இதைக் கற்றுக்கொள்ளலாம்: அணியில் கற்றவை அணிக்குள்ளேயே இருக்கும், அணியின் வெற்றிக்குப் பயன்படும், அங்கிருந்து வெளியே வந்தபின், நான் இன்னோர் அணியின் உறுப்பினராகிவிடுகிறேன், ஆகவே, அங்கே கற்றவற்றை இங்கே பயன்படுத்தமாட்டேன், இங்கே கற்றவற்றை அங்கே பயன்படுத்தமாட்டேன், இது எனது தொழில்ஒழுக்கம், அதை மதிக்கும்வரைதான் இந்தத் தொழில் என்னை மதிக்கும்!

ஆறாம் சுற்று

பந்துவீசும் இயந்திரம் பார்த்திருக்கிறீர்களா?

முன்பெல்லாம் தொழில்முறையில் கிரிக்கெட் விளையாடுகிறவர்களுக்குதான் இந்தமாதிரியான இயந்திரங்கள் கிடைத்துக்கொண்டிருந்தன. ஆனால் இப்போது, யார் வேண்டுமானாலும் இவற்றில் விளையாடலாம்.

ஏதாவது ஒரு ஷாப்பிங்மாலுக்குச் சென்றால், நேரடியாக உள்ளே ஓடிவிடாமல், கொஞ்சம் சுற்றி நடந்துபாருங்கள், பந்துவீசும் இயந்திரம் ஒன்றை வலைகளுக்குள் பத்திரமாக வைத்திருப்பார்கள். தீம்பார்க்குகளிலும் இவற்றைப் பார்க்கலாம்.

பெயர்தான் இயந்திரம், உண்மையில் இது ஒரு நீண்ட பைப்மாதிரிதான் இருக்கும். நேரே நிமிர்த்திவைத்த ஷவர்போல அதன் முனை காணப்படும். அங்கிருந்து பந்துகள் தானே வீசப்படும். எதிரில் ஸ்டம்ப் வைத்திருப்பார்கள், அங்கே நின்று அந்தப் பந்துகளைச் சந்தித்து விளையாடவேண்டும்.

அதாவது, பவுலர் கிடையாது, பேட்ஸ்மேன்மட்டும்தான். பந்துகள் அடுத்தடுத்து வந்துகொண்டே இருக்கும், பேட்ஸ்மேன் அவற்றைத் தொடர்ந்து அடித்துக்கொண்டே இருக்கவேண்டும்.

வழக்கமான கிரிக்கெட் பயிற்சிக்கும், பந்துவீசும் இயந்திரத்தில் பயிற்சியெடுப்பதற்கும் முக்கியமான வித்தியாசம், இங்கே பேட்ஸ்மேனுக்கு இடைவெளி கிடையாது. அவர் என்னதான் சிறப்பாக ஒரு பந்தை அடித்தாலும், சில விநாடிகளில் அடுத்த பந்து வந்துவிடும், யாராவது ஓடிச்சென்று அந்தப் பந்தை எடுத்துக்கொண்டு வரும்வரை அவர் தன்னை ஆசுவாசப்படுத்திக்கொள்ள இயலாது. சட்டென்று அடுத்த பந்தைச் சமாளிக்கத் தயாராகவேண்டும்.

அதாவது, மனிதனுக்கும் இயந்திரத்துக்குமான விளையாட்டுப் போட்டி!

இது நியாயம்தானா? மனிதனின் சிந்தனைவேகமும் சரி, உடல்வலிமையும் சரி, ஓர் எல்லைக்குள் நிற்பவை. இயந்திரத்துக்கு அப்படியல்ல. இயந்திரத்துடன் போட்டியிட்டு மனிதனால் வெல்ல இயலுமா?

சிரமம்தான். ஆனால், அப்படி இயந்திரத்துடன் மோதுவதன்மூலம் மனிதன் தனது திறமைகளை எல்லைகடந்து தள்ளுகிறான். அதற்குதான் இத்தகைய இயந்திரங்கள்.

செஸ் விளையாடும் கணினிகள் உண்டு. உங்களுடைய மொபைல்ஃபோனில்கூட அத்தகைய அப்ளிகேஷன்களை நீங்கள் பார்த்திருக்கலாம். அந்த அப்ளிகேஷன்கள் உங்களைவிடப் பலமடங்கு வேகமாகச் சிந்திக்கும், தொலைநோக்கில் யோசித்து அருமையாக விளையாடும்.

ஆனால் அதற்காக, 'என்னால் இந்த இயந்திரத்தை வெல்ல இயலாது' என்று தோல்வியை ஒப்புக்கொண்டுவிடுவீர்களா?

செஸ் இயந்திரத்தை மனிதனால் வெல்ல இயலுமா என்கிற கேள்வி பல ஆண்டுகளாக இருக்கிறது. வென்றேதீருவோம் என்று மனிதர்களும் அதோடு தொடர்ந்து மோதிக்கொண்டிருக்கிறார்கள்.

இன்னொருபக்கம், இந்த இயந்திரங்களை உருவாக்குகிறவர்கள் அவற்றை இன்னும் சிறப்பாகச் சிந்திக்க, செயல்படவைக்கிறார்கள்.

இதனால், இவற்றின் செயல்திறன் ஆண்டுக்கு ஆண்டு அதிகரிக்கிறது. மனிதர்கள் அவற்றை வெல்லுவதும் சிரமமாகிறது.

ஆக, இது மனிதனுக்கும் மனிதனுக்குமான விளையாட்டுப் போட்டிதான், அதற்கு அவர்கள் இயந்திரங்களைப் பயன்படுத்திக்கொள்கிறார்கள், அதன்மூலம் மனிதனின் திறன் அதிகரிக்கிறது, குறைவதில்லை.

பந்துவீசும் இயந்திரங்கள் கண்டுபிடிக்கப்படுவதற்குமுன்னால், மனிதனின் செயல்திறன் என்பது, சக மனிதனின் செயல்திறனைச் சார்ந்தே அமைந்தது. அந்தப் பந்துவீச்சாளன் அரை மணிநேரம் களைக்காமல் பந்து வீசினால், நானும் அரை மணிநேரம் தொடர்ந்து விளையாடுவேன் என்று மட்டைவீச்சாளர் சொல்வார். அதாவது, ஒரு பந்துக்கும் இன்னொரு பந்துக்கும் இடையே ஓய்வெடுத்துக்கொண்டு, தன்னைப் புதுப்பித்துக் கொண்டு அவர் சிறப்பாக விளையாடுவார்.

ஆனால், இதுதான் அவருடைய திறமையின் எல்லையா?

இதைப் பரிசோதிப்பதற்காக, பயிற்சியாளர் இரண்டு பந்து வீச்சாளர்களை அழைப்பார், அவர்கள் கையில் இரண்டு பந்துகளைக் கொடுப்பார், முதல் பந்துவீச்சாளர் ஓடத் தொடங்கியதும், சில அடி இடைவெளியில் அடுத்தவரும் ஓட ஆரம்பித்துவிடுவார்.

இதனால், முதல் பந்து வீசப்பட்ட சில விநாடிகளில் அடுத்த பந்து வந்துவிடும். முதல் பந்தை அடித்த பேட்ஸ்மேன் சட்டென்று பழைய நிலைக்கு வந்து அடுத்த பந்தைச் சந்திக்கவேண்டும்.

இங்கிருந்து தொடங்கியதுதான் பந்துவீசும் இயந்திரத்தில் வந்து நிற்கிறது. என்ன வேகத்தில் எத்தனை விநாடிகளுக்கு ஒரு பந்து வரவேண்டும், எப்படி வரவேண்டும் என்றெல்லாம் இந்த இயந்திரத்துக்குச் சொல்லிவிட்டால், அது மனிதனுக்குச் சவால்விடும். அதைச் சமாளித்துச் சமாளித்து அவன் தன்னை மேம்படுத்திக்கொள்வான்.

இங்கே மட்டைவீச்சாளரின் வேகமும் துல்லியமும் பரிசோதிக்கப்படுகின்றன, அதோடு, அவரால் அழுத்தத்தை எந்த அளவு தாங்க இயலுகிறது என்பதும்.

ஒருவர் வண்டி ஓட்டக் கற்கிறார். அவர் சாலையில் வண்டியை ஓட்டிச்செல்லும்போது தினமும் எதிரில் ஒரு மாடு வரப்போவதில்லை, பெரிய பள்ளம் எதிர்ப்படப்போவதில்லை, இவையெல்லாம் எப்போதாவது நிகழ்கிற விஷயங்கள்தான்.

ஆனால், அவை நிகழ்கிறபோது, அவர் அவற்றைச் சமாளிக்க வேண்டும். அதற்கு அவர் இப்போதே தயாராகவேண்டும்.

இதை ஆங்கிலத்தில் *Simulation* என்கிறார்கள். அதாவது, 'இப்படி நடந்தால் என்ன செய்வாய்?' என்று ஒருவரைக் கேள்விகேட்டு, அதைச் செய்துகாட்டச் சொல்வது, அதன்மூலம் அந்தச் சூழ்நிலை நடக்காதபோதே அதற்காகத் தயாராவது.

ஒரு விசேஷக் கார், அதில் வழக்கமான கண்ணாடிக்குப்பதில் கம்ப்யூட்டர் திரை பொருத்தப்பட்டிருக்கிறது. அதில் நிஜம் போன்ற ஒரு சாலை காட்டப்படுகிறது.

இப்போது, ஒருவர் அந்தக் காரை ஓட்டத் தொடங்குகிறார். அவர் வேகம் எடுக்க எடுக்க, சாலையின் தோற்றமும் அதற்கேற்ப மாறுகிறது. கிட்டத்தட்ட நிஜம்போன்ற சூழ்நிலை, அதுதான் *Simulation.*

திடீரென்று, எதிரில் ஒரு மாடு வருகிறது. அவர் சடன் ப்ரேக் போட்டு வண்டியை நிறுத்துகிறார். மாடு பிழைத்துவிடுகிறது. 'அருமை' என்கிறது கம்ப்யூட்டர் திரை.

ஒருவேளை அவர் சரியான நேரத்தில் ப்ரேக் போடாவிட்டால், 'மாட்டின்மீது மோதிவிட்டீர்கள், இதனால் உங்களுக்கும் சேதம், மாட்டுக்கும் சேதம்' என்று அறிவிப்பு வருகிறது. உண்மையில் அங்கே மாடு இல்லை, எந்தச் சேதமும் இல்லை, ஆனால், இந்த *Simulation* உங்களுக்குப் பாடம் கற்றுத்தருகிறது.

பந்துவீசும் இயந்திரமும் இப்படித்தான். நிஜத்தில் யாரும் அத்தனை பந்துகளை அடுத்தடுத்து வீசப்போவதில்லை. ஆனால், குறுகியநேரத்தில் பலவிதமான பந்துகளை அடித்துப் பயிற்சி எடுப்பதற்கு அந்த இயந்திரம் உங்களைத் தயார்செய்கிறது.

இந்த *Simulation* நிஜவாழ்க்கையில் பலவிதங்களில் பயன்படும். உதாரணமாக, பொதுத்தேர்வு எழுதப்போகும் மாணவர்களுக்கு, ஆசிரியர்கள் ஒரு *Simulated* தேர்வை முன்கூட்டியே நடத்தலாம். அதன்மூலம் தேர்வு நேரத்தில் பதற்றமின்றி கேள்விகளைச் சந்தித்துப் பதில் எழுதுவது எப்படி என்று அந்த மாணவர்கள் கற்றுக்கொள்வார்கள்.

அலுவலகங்களிலும் *Simulation*ஐத் தினமும் பார்க்கலாம். புதிதாக வேலைக்குச்சேர்கிற ஒருவரை, நிஜமான ப்ராஜெக்டில் சேர்க்காமல், ஒரு மாதிரி ப்ராஜெக்ட் செய்யச்சொல்வார்கள். ஆனால், அதை நிஜம்போலவே எண்ணிச் செய்யவேண்டும்.

பத்துநாள்கழித்து, அந்த ப்ராஜெக்ட் வெற்றிகரமாகப் பூர்த்தியானால், அவர் நிஜ ப்ராஜெக்டுக்குத் தயார். ஒருவேளை சொதப்பினால், வாடிக்கையாளர் கோபப்படமாட்டார். ஏனெனில், நிஜத்தில் அங்கே எந்த வாடிக்கையாளரும் இல்லை. யாருக்கும் பாதிப்பு இல்லாமல் கற்றுக்கொள்ள இது ஒரு நல்ல வழி.

அதேபோல், எந்த ஒரு முக்கியமான பணியையும் செய்வதற்குமுன்னால் *POC* எனப்படும் *Proof Of Concept* என்பதைச் செய்துபார்ப்பார்கள். அதாவது, முழுப்பணியையும் தங்களால் செய்ய இயலும் என்பதைத் தங்களுக்குத் தாங்களே நிரூபித்துக்கொள்வார்கள், அதை வாடிக்கையாளருக்கும் காட்டுவார்கள்.

உதாரணமாக, ஒரு வீட்டுக்கு வெள்ளையடிக்கவேண்டும். ஐந்து நாள் வேலை, ஐம்பதாயிரம் செலவு.

வெள்ளையடிக்க வந்திருப்பவரைப் பார்த்தால், வீட்டுச் சொந்தக்காரருக்கு நம்பிக்கை வரவில்லை, 'இதுக்கு முன்னாடி

இதுமாதிரி பெரிய வீட்டுக்கு வெள்ளையடிச்சிருக்கீங்களா?' என்று சந்தேகமாகக் கேட்கிறார்.

'இதைவிடப் பெரிய வீட்டுக்கெல்லாம் வெள்ளையடிச்சிருக்கேன்' என்கிறார் அவர். தன் மொபைலிலிருந்து பல படங்களைக் காட்டுகிறார்.

ஆனால் அப்போதும், வீட்டுச்சொந்தக்காரர் தயங்குகிறார். இவரை நம்பி ஐம்பதாயிரம் ரிஸ்க் எடுப்பது சரிதானா?

இதைப் புரிந்துகொண்ட வெள்ளையடிப்பவர், சட்டென்று சொல்கிறார், 'ஒண்ணு செய்யலாம், இந்த ஒரு சுவருக்குமட்டும் நாளைக்குக் காலையில வந்து வெள்ளையடிக்கறேன், அது உங்களுக்குப் பிடிச்சிருந்தா மொத்த வேலையையும் எனக்குக் கொடுங்க, இல்லைன்னா, வேற யாரையாவது பார்த்துக்கோங்க' என்கிறார்.

இப்போது, வீட்டுச்சொந்தக்காரருக்குத் திருப்தி. காரணம், அவர் பெரிய ரிஸ்க் எடுக்கவில்லை. இந்த ஒரு சுவர்தானே என்று சம்மதிக்கிறார்.

வெள்ளையடிப்பவரைப் பொறுத்தவரை அது ஒரு *POC*. ஒரு சுவரில் நன்றாக வெள்ளையடித்துக்காட்டி, அதன்மூலம் எல்லாச் சுவர்களுக்கும் வெள்ளையடிக்கிற வேலையை அவர் வாங்கப்போகிறார். சின்ன மீனைப் போட்டுப் பெரிய மீனைப் பிடிக்கிறார்.

ஒருவேளை அவர் வெள்ளையடிப்பது வீட்டுச் சொந்தக்காரருக்குப் பிடிக்காவிட்டாலும், அவருக்குப் பெரிய பாதிப்பு இல்லை. ஒரு சுவர்தானே, அந்த உழைப்பை இலவசமாகக் கொடுக்க அவர் தயார்!

முக்கியமான விஷயம், இந்த *POC* முறைக்கு எல்லாரும் தயாராக இருக்கமாட்டார்கள். தங்கள் திறமையில் நம்பிக்கை கொண்டவர்கள்மட்டுமே *POC* செய்ய ஒப்புக்கொள்வார்கள். காரணம், அந்த *POC* சிறப்பாக இருக்கும் என்று அவர்கள்

உறுதியாக இருக்கிறார்கள். ஒருவேளை அவர்களுக்கே தங்கள் திறமைமீது சந்தேகம் இருந்தால், *POC* உழைப்பு வீணாகிவிடுமோ என்றுதான் அவர்கள் நினைப்பார்கள்.

இதனால், *POC*க்கு ஒப்புக்கொள்வது உங்களுடைய திறமையை, தன்னம்பிக்கையைக் காட்டுகிறது. பல வாடிக்கையாளர்கள் இதனை அடிப்படையாக வைத்தே யாருக்கு வேலையைத் தரலாம் என்று தீர்மானிப்பார்கள்.

உங்கள் துறை எதுவாக இருந்தாலும் சரி, *Simulation*மூலம் உங்கள் திறமைகளை இன்னும் மேம்படுத்திக்கொள்ளுங்கள், *POC*க்கு நான் தயார் என்று உரக்கச்சொல்லுங்கள், அதுவே வெற்றிக்கு வழி!

ஏழாம் சுற்று

சினிமாவில் வருகிற விளையாட்டுப் போட்டிகளில் ஹீரோவோ வில்லனோ தோற்றுவிட்டால், அவர்களுடைய பயிற்சியாளர்கள் என்னசெய்வார்கள் என்று கவனித்திருக்கிறீர்களா?

கோபப்படுவார்கள், அடிப்பார்கள், 'நீயெல்லாம் வேஸ்ட்' என்பதுபோல் பேசி அவர்களுடைய தன்மானத்தைத் தூண்டுவார்கள், உடனே அந்த மாணவர்கள் சீறியெழுந்து அடுத்த போட்டியில் வெல்வார்கள்.

நிஜத்தில் ஒரு விளையாட்டு வீரரின் பயிற்சியாளர் இப்படி நடந்துகொள்ளமாட்டார். ஓரிருவர் அப்படிக் கோபப்படுகிறவர்களாக இருக்கலாம். மற்ற எல்லாருக்கும், தோல்வியின்போதுதான் தங்கள் மாணவருக்கு அரவணைப்பும் வழிகாட்டுதலும் அதிகம் தேவை என்பது தெரியும். அப்போது அவர்களுடைய சோர்வைப் போக்கும்விதமாக ஊக்கப்படுத்திதான் பேசுவார்கள், அதுவே அடுத்த வெற்றிக்கு வழிவகுக்கும்.

பயிற்சியாளர்களைப் பற்றி சினிமாவில் இப்படியொரு பிம்பம் வரக் காரணம், நாம் கோபப்படுகிற ஆசிரியர்களை அதிகம்

பார்த்திருப்பதுதான். விளையாட்டுப் பயிற்சியாளர்களும் அதே மாதிரிதானே இருப்பார்கள் என்று நினைத்துவிடுகிறோம்.

படிக்கச் சொல்லித்தரும் ஆசிரியர்களுக்கும் விளையாட்டுப் பயிற்சியாளர்களுக்கும் ஒரு முக்கியமான வித்தியாசம் இருக்கிறது.

ஒரு வகுப்பில் நாற்பது மாணவர்கள் படித்தால், அந்த நாற்பது பேரும் முதல் மதிப்பெண் வாங்குகிற வாய்ப்பு இருக்கிறது. சொல்லப்போனால், நாற்பது பேரும் நூற்றுக்கு நூறு மதிப்பெண் வாங்க இயலும். அதுதான் அந்த ஆசிரியர் பெறக்கூடிய மிகச்சிறந்த வெற்றி.

ஆனால், எதார்த்தத்தில் அப்படி நடப்பதில்லை, ஓரிருவர் நூற்றுக்கு நூறு வாங்குகிறார்கள், ஐந்தாறு பேர் தொண்ணூறைத் தாண்டுகிறார்கள், பதினைந்து பேர் அறுபதுக்குமேல் வாங்குகிறார்கள், மற்றவர்கள் தடுமாறுகிறார்கள்.

அதனால், ஆசிரியர் அந்தந்த மாணவருக்கேற்ப நடந்துகொள்ள வேண்டியிருக்கிறது, நூறு மார்க் வாங்கியவன் 99 வாங்கினாலும் அவர் கோபப்படக்கூடும். காரணம், அவன் நூறு மார்க் வாங்குவதற்கிருந்த சாத்தியத்தை அவனே கெடுத்துக்கொண்டான், மற்ற யாரும் அவனைக் கெடுக்கவில்லை.

விளையாட்டு அப்படியல்ல. அங்கே இரு அணிகளோ நபர்களோ மோதினால், ஒருவர்தான் வெல்வார், இன்னொருவர் தோற்பார். அப்படி ஏற்படுகிற தோல்விக்குக் காரணம், அவருடைய திறமைக்குறைவுமட்டுமல்ல, எதிரணியின் அபாரமான திறமையாகவும் இருக்கலாம்.

அதாவது, என்னதான் சிரமப்பட்டு விளையாடினாலும், எதிராள் நம்மைவிடச் சிறப்பாக விளையாடும்போது, தோல்வி வரும், அதைச் சந்திக்காத விளையாட்டுவீரர் யாருமே இருக்க இயலாது.

நம்மால் இயன்றது, தோல்விகளின் சதவிகிதத்தைக் குறைப்பதுதான். ஐந்து போட்டிகளில் விளையாடி நான்கில்

வென்றால், மகிழ்ச்சி, அந்த ஐந்தாவது தோல்வியை எண்ணி மனம் வருந்தவேண்டியதில்லை, அந்தத் தோல்விக்கு நாம்தான் காரணம் என்று எண்ணிக் குற்றவுணர்வோடு அலையவேண்டியதில்லை. ஒருவேளை நாம் காரணமாக இருந்தாலும், அதைத் திருத்திக்கொள்ள வாய்ப்பு என்ன என்றுதான் பார்க்கவேண்டும். இல்லாவிட்டால், அடுத்த போட்டியில் சிரமப்படுவோம்.

ஆக, விளையாடவருகிற எல்லாரும், தோல்வி என்கிற சாத்தியத்துக்கும் தயாராகிவிடுகிறார்கள். அவர்கள் வெற்றியை விரும்பிதான் விளையாடத் தொடங்குகிறார்கள், அதேசமயம் தோல்வியும் வரும் என அவர்களுக்குத் தெரிந்திருக்கவேண்டும். நிச்சயம் தாங்கள்தான் வெல்வோம் என்ற நம்பிக்கையுடன்மட்டும் விளையாடப் பழகினால், எந்த நேரத்திலும் மற்றவர்கள் அவர்களைக் கவிழ்த்துப்போட்டுவிடக்கூடும், அதை அவர்களால் தாங்கிக்கொள்ள இயலாது.

அதேபோல், நிச்சயம் தாங்கள் தோற்போம் என்ற அவநம்பிக்கையுடனும் அவர்கள் விளையாடச் செல்லக்கூடாது. அப்போது, ஒரு சின்னக் கொசுகூட யானையை வென்றுவிடும்.

மிகவும் சிக்கலான மனோநிலை இது. வெல்வோம் என்று நம்பவேண்டும், அதேசமயம் தோல்வியும் வரலாம் என்று நினைக்கவேண்டும், அது வராதபடி என்னால் இயன்ற எல்லாவற்றையும் செய்வேன், ஒருவேளை வந்துவிட்டால், அன்றைய தினம் என்னுடையதல்ல, இன்னொருவன் என்னைவிடச் சிறப்பாக விளையாடிவிட்டான் என்று எண்ணிக்கொண்டு அடுத்த வேலையைப் பார்க்கவேண்டும்.

இதற்கு ஒரே வழி, நிறையப் போட்டிகளில் விளையாடுவதுதான்!

அதாவது, நன்கு கால்பந்து ஆடத்தெரிந்த ஒருவர், எப்போதும் ஜாலிக்குத் தன் நண்பர்களுடன்மட்டுமே விளையாடிக் கொண்டிருந்தால், அவரது திறமை வளரும், ஆனால், வெற்றி, தோல்வியைக் காணாமலே இருந்துவிடுவார்.

ஆகவே, போட்டிநிலையில் *(Competitive Sports* என்பார்கள்) விளையாடும்போது சிரமப்படுவார்.

ஆகவே, அவர் இப்போதே போட்டிகளில் விளையாடத் தொடங்கவேண்டும். இந்தத் தெருவுக்கும் அந்தத் தெருவுக்கும் மேட்ச் என்று தொடங்கி, பள்ளியளவில், கல்லூரியளவில், சமூகவிழாக்களில் நடக்கிற போட்டிகளிலெல்லாம் கலந்துகொள்ளவேண்டும். அதில் என்ன பரிசு வாங்குகிறோம் என்பது முக்கியமில்லை, ஒவ்வொருநாளும் வெற்றி, தோல்வியைப் பார்த்துக்கொண்டே இருக்கவேண்டும்.

இதன்மூலம், அவரது தன்னம்பிக்கை வளரும், பயிற்சி வளரும், தோல்வியை சகஜமாக எடுத்துக்கொள்கிற குணமும் வளரும்.

தோல்வியை நாம் ஏற்க விரும்புவதில்லை. அதுதான் மனித குணம். அது ஒரு மிக நல்ல பழக்கம்.

ஆனால், நிகழ்ந்துவிட்ட தோல்வியை ஏற்க மறுப்பதால் யாருக்கும் எந்தப் பயனும் இல்லை. அதை நினைத்து வருந்திக்கொண்டிருப்பதைவிட, அடுத்தமுறை இப்படியொரு தோல்வி நிகழ்ந்துவிடக்கூடாது என்கிற திசையில் சிந்தனை திரும்பவேண்டும், அதற்கு ஒருவர் தோல்விகளை அவ்வப்போது சந்தித்தே தீரவேண்டும்.

தோற்றதும் 'ச்சே' என்று வானத்தைக் குத்துவதும், தொப்பியைக் கழற்றிக் கீழே போடுவதும், எதிரில் வருகிறவர்மீது எரிந்து விழுவதும், விட்டத்தைப் பார்த்துக்கொண்டு அமர்ந்திருப்பதும் சகஜம்தான். இவை அனைத்தும் ஏமாற்றத்தால் வருகிறவை.

அதன்பிறகு என்ன நடக்கிறது? அதுதான் முக்கியம்.

சிலர் ஒவ்வொரு தோல்வியிலிருந்து மீண்டுவரச் சில மணிநேரம் எடுத்துக்கொள்வார்கள், யாருடனும் பேசமாட்டார்கள், பயிற்சியெடுக்கமாட்டார்கள், தோல்வியை ஜீரணித்துக்கொள்ளச் சிரமப்படுவார்கள்.

அதன்பிறகு ஒருவழியாக அவர்கள் மீண்டுவரும்போதும், அந்தக் கசப்பு நெஞ்சில் தங்கியிருக்கும். அடுத்த வெற்றியைச் சுவைக்கும்வரை மறக்கமாட்டார்கள்.

சிலர் இப்படி நாள்கணக்கில்கூட வருந்தியிருக்கக்கூடும். தோல்வியின் அளவைப் பொறுத்து, எந்த நிலையில் தோற்றோம் என்பதைப்பொறுத்து, இன்னொரு வாய்ப்பு கிடைக்குமா என்பதைப்பொறுத்து இது மாறுபடும்.

ஒரு விளையாட்டு வீரரின் பயிற்சியில் ஒவ்வொரு நாளும் முக்கியமானது. ஒவ்வொரு மணிநேரமும் முக்கியமானது. அதில் இப்படிச் சோர்ந்துகிடக்கும் நேரங்கள் அனைத்தும் வீணாகின்றன.

அதனால்தான், ஒரு நல்ல பயிற்சியாளர் தன்னுடைய மாணவர்களைச் சோர்ந்து போகவிடமாட்டார், அதற்கு நேரமே தரமாட்டார், 'தோத்துப்போயிட்டியா? கிடக்கட்டும், இங்கே அடுத்த மேட்ச் நடக்குதுபாரு' என்று வேறொரு போட்டிக்கு அழைத்துச்சென்றுவிடுவார்.

இதென்ன அராஜகம், தோற்ற ஒருவரைத் தேற்றாமல் அடுத்த போட்டியில் நுழைத்தால், அவர் அதிலும் தோற்றுவிடக்கூடுமே.

அதுதான் இல்லை, வருந்திக்கொண்டிருந்தால் வருத்தத்திலேயேதான் இருப்போம். அந்த மனத்தை மாற்ற ஒரே வழி, அவர்கள் மனத்துக்குப்பிடித்த அந்த விளையாட்டிலேயே ஈடுபடச் செய்வதுதான்.

ஒருவேளை மறுபடி தோற்றால், இன்னொரு போட்டி, இன்னொரு போட்டி.... அவைதானே வெற்றிக்கான வாய்ப்புகள்? வெற்றி வரும்வரை காத்திருக்காமல் நாமே சென்று வெற்றியைப் பற்றிக்கொள்ளவேண்டும், சோர்ந்துகிடக்க நேரமிருக்கக்கூடாது, போட்டி போட்டுக்கொண்டே இருக்கவேண்டும்.

சமீபத்தில் இந்திய இளைஞர் அணிக்கும் கனடா இளைஞர் அணிக்குமிடையே ஒரு கிரிக்கெட் போட்டி நடந்தது. அதில் இந்திய அணி வென்றது.

வெற்றிபெற்ற அணியின் பயிற்சியாளர், ராகுல் திராவிட். அவர் தன்னுடைய மாணவர்களுக்கு ஒரு சபாஷ் சொன்னாரோ, இல்லையோ, நேராகக் கனடா இளைஞர் அணியினரைச் சென்று சந்தித்தார். அவர்களுடைய தோல்வியை எண்ணி வருந்தவேண்டாம் என்றார், ‘நீங்கள் இந்த ஊருக்குப் புதுசு, உங்களைவிட என்னுடைய மாணவர்கள் இந்தச்சூழலில் நன்றாகப் பயிற்சி எடுத்திருந்தார்கள், அதனால்தான் நீங்கள் தோற்க நேர்ந்தது. ஆகவே, இதைப்பற்றி மனம் வருந்தாமல், அடுத்த போட்டிக்குத் தயாராகுங்கள்’ என்றார்.

அவர் ஏன் இதைச் செய்யவேண்டும்? தன் அணி வென்றிருக்கும்போது எதிரணியின் தோல்வியைப்பற்றி அவர் ஏன் நினைக்கிறார்?

காரணம், திராவிட் இந்திய கிரிக்கெட்டின் நலனைமட்டும் கருதுவதில்லை, ஒட்டுமொத்த விளையாட்டின் நலன் கருதுகிறார். ஓர் அணி சோர்ந்திருக்கிறது என்றால், அது மொத்த கிரிக்கெட்டுக்கும் தோல்வி. எல்லா அணிகளும் ஊக்கத்தோடு மோதவேண்டும், வெல்லவேண்டும், தோற்க வேண்டும், அப்போதுதான் விளையாட்டுணர்வு பெருகும், விளையாடுகிறவர்கள் அதனை ரசிக்க இயலும்.

இதையெல்லாம் திராவிடுக்கு யார் சொல்லிக்கொடுத்தார்கள்? சில ஆண்டுகள் முன்புவரை அவரும் எல்லாரையும்போல ஓர் அணிக்காக விளையாடிக்கொண்டிருந்தவர்தானே? திடீரென்று சூப்பர் பயிற்சியாளராகிவிட்டாரா?

திராவிட் விளையாட்டு வீரராக இருந்தபோதே, அவர் தன்னுடைய பயிற்சியாளர்களைக் கூர்ந்து கவனித்திருப்பார், தன்னுடைய தோல்வியை, சகநண்பர்களின் தோல்வியைக் கவனித்திருப்பார், அவர்கள் அதைக் கையாளச் சிரமப்படுவதன்மூலம் அவர்களுடைய விளையாட்டுத்திறன் எப்படி பாதிக்கப்படுகிறது என்பதைக் கவனித்திருப்பார். அணியில் ஒருவர் சோர்ந்திருந்தாலும் விளையாட்டு மகிழ்வளிப்பதில்லை என்பதை உணர்ந்திருப்பார்.

அதனால்தான், அவர் பயிற்சியாளராகும்போது, தன் அணியைமட்டுமின்றி, பிற அணிகளையும் சோர்வின்றி விளையாடச்செய்யும் எண்ணம் அவருக்கு வருகிறது. அடுத்தவன் சோர்ந்திருக்கும்போது அடித்து வென்றுவிடலாம் என்று அவர் எண்ணுவதில்லை.

தேர்வுக்குத் தயாராகும் ஒரு மாணவரோ, அலுவலகத்தில் பணிசெய்கிற ஒருவரோ, சுயதொழில் செய்பவரோ அவ்வப்போது தோல்விகளைச் சந்திக்கவேண்டியிருக்கும், அப்போது, அதனை எண்ணி வருந்துவதால் பயனில்லை என்பதை அவர்கள் உணரவேண்டும். இதைப்பற்றிக் கவலைப்படாமல் அடுத்த போட்டிக்குத் தயாராவதுதான் நல்லது.

சொல்லப்போனால், போட்டிச்சூழல்களை நாமே உருவாக்கிக் கொள்ளவேண்டும். மற்றவர்கள் போட்டிக்கு வராவிட்டாலும் நமக்கு நாமே போட்டி வைத்துக்கொள்ளவேண்டும். நேற்று செய்ததைவிடச் சிறப்பாக இன்று செயல்படுவேன் என்பது போன்ற எளிய சவால்களை ஏற்றுக்கொண்டு, போட்டிபோடும் மனத்துடன் வாழ்வதுதான் வெற்றி சதவிகிதத்தை அதிகரிக்கின்ற வழி.

எந்தத் துறையிலும் தோல்வியே இல்லாதவர் என்று யாருமே கிடையாது. தோல்விகள் நிச்சயம், அவற்றை நாம் எப்படி எடுத்துக்கொள்கிறோம் என்பதைப்பொறுத்து நம்முடைய வெற்றிகள் தீர்மானமாகின்றன.

தோல்வியே வெற்றிக்கு முதல் படி என்பார்கள், அதன் பொருள், இரண்டாவது படியிலிருந்து தோல்வி வராது என்பதல்ல, அவ்வப்போது வந்துகொண்டுதான் இருக்கும், அதைப் பொருட்படுத்தாமல் தாவித்தாவி ஏறிக்கொண்டே இருக்கவேண்டும்!

எட்டாம் சுற்று

ஒரு கால்பந்துப்போட்டி, எப்போது பரபரப்பாகிறது?

ஆட்டத்தின் தொடக்கத்தில் இரு அணிகளும் 0:0 என்ற கோல்கணக்கில் இருக்கும்போது, யார் வெல்வார்கள் என்று நமக்குத் தெரியாது. சிறிதுநேரம்கழித்து ஓர் அணி கோல் அடித்ததும், சற்றே நிமிர்ந்து உட்கார்கிறோம். எதிரணி அந்தக் கோலைச் சமன் செய்தால், மீண்டும் சுவாரஸ்யம்கூடுகிறது. இப்படிக் கொஞ்சம்கொஞ்சமாகக் கணக்கு மாறி, ஒருகட்டத்தில் 3:2 என்ற நிலை வந்துவிடுகிறது. இன்னும் இரண்டு நிமிடத்தில் ஆட்டம் நிறைவடையப்போகிறது.

இப்போதுதான், நமக்குச் சுவை அதிகரிக்கிறது. காரணம், முதலணி வீரர்கள் எப்படியாவது வென்றுவிடவேண்டும் என்ற நோக்கத்தில் எதிரணியின் உத்திகளைத் தடுக்க முனைகிறார்கள், எதிரணி வீரர்கள் எப்படியாவது இன்னொரு கோல் அடித்து ஆட்டத்தைச் சமநிலையிலாவது முடித்துவிடவேண்டும் என்று முழுத்திறமையைக்காட்டி உழைக்கிறார்கள்.

ஆகவே, அந்தக் கடைசி இரண்டு நிமிடங்களும் ஆட்டம் மிகப் பரபரப்பாக இருக்கிறது. ஆட்டத்தின் நிறைவில் ஸ்கோர்

3:3 என்று அமைந்தாலும் நமக்குச் சந்தோஷம், 'எவ்ளோ கஷ்டப்பட்டு ரெண்டு நிமிஷத்துல கோல் அடிச்சான் பார்த்தியா' என்று எதிரணியைப் பாராட்டுவோம், ஒருவேளை ஸ்கோர் 3:2 என்றே அமைந்துவிட்டாலும் மகிழ்ச்சிதான், 'திறமையாத் தடுத்து அசத்தினான்' என்று முதலணியைப் பாராட்டுவோம்.

இவையிரண்டும் இல்லாமல் 3:4 என்ற கணக்கில் எதிரணி ஜெயித்துவிட்டாலோ, நம் கொண்டாட்டத்துக்கு அளவே இல்லை, 'தோக்கவேண்டிய மேட்ச்சை ஜெயிச்சுட்டாங்களே, ரெண்டு நிமிஷத்துல ரெண்டு கோல்ன்னா சும்மாவா? எங்கிருந்தோ அந்த அணிக்கு அசாத்தியத்திறமை வந்துடுச்சு' என்று ஜெயித்த அணியைக் கொண்டாடிவிடுவோம்.

ஆட்டத்தின் தொடக்கத்தில் இரு அணிகளும் 0:0 என்று இருந்தபோது வராத சுவாரஸ்யம், அடுத்த பல நிமிடங்களில் அவர்கள் மாறிமாறி கோல் அடித்தபோது வராத சுவாரஸ்யம், அந்த இரண்டு நிமிடங்களில் ஏற்பட என்ன காரணம்?

பல காரணங்கள் உண்டு. முக்கியமாக, அந்த நேரப் பரபரப்பு.

மாரத்தான் என்பது பல மணிநேரங்கள் நடைபெறும். அதில் ஒருவர் வெல்வார். அவருக்குப் பெரும் பரிசுகளும் கோப்பையும் தரப்படும்.

ஆனால், அதைப் பார்க்கிறவர்களுக்கு அவரது சாதனையின் முக்கியத்துவமே தெரியாது. 'மணிக்கணக்கா ஓடறது ஒரு சாதனையா?' என்றுதான் நினைப்பார்கள்.

உண்மையில் மாரத்தான் ஓடியவர்களுக்குதான் அதன் மகத்துவம் தெரியும், அத்தனைநேரம் களைப்படையாமல் தொடர்ந்து ஓடுவதும், உடலைக் கவனித்துக்கொண்டு விடாமுயற்சியுடன் வெல்வதும் எவ்வளவு முக்கியம் என்பது புரியும். மற்றவர்களுக்கு அது வெறும் நீண்டதூர ஓட்டம் மட்டுமே!

இதற்குமாறாக, நூறுமீட்டர் ஓட்டப்பந்தயம் சில விநாடிகளில் நிறைவடைந்துவிடும். அதற்குள் வீரர்கள் ஒருவரையொருவர்

போட்டியிட்டுக்கொண்டு முந்துவதும் அதைப் பார்ப்பதும் நமக்குப் பரபரப்பைத்தரும். வென்றவரை 'சூப்பர்மேன்' ரேஞ்சுக்குப் பாராட்டுவோம்.

சில விநாடி உழைப்பை நாம் ரசிப்பதும், பலமணிநேர உழைப்பை ஏனோதானோ என்று நினைப்பதும் ஏன்?

இங்கேதான் ஒரு மிக முக்கியமான கேள்வியை நாம் கேட்கவேண்டியிருக்கிறது: விளையாடுவோருக்கும் பார்க்கிறவர்களுக்கும் என்ன வித்தியாசம்?

மாரத்தான் ஓடுகிற ஒருவரை நூறுமீட்டர் ஓட்டத்திற்கு அனுப்பினால், அவர் தோற்றுப்போகலாம், நூறுமீட்டர் ஓட்டத்தில் அசத்துகிற ஒருவரை மாரத்தானுக்கு அனுப்பினால் அவர் சிறிதுநேரத்தில் விலகிவிடலாம், அபூர்வமாகச் சிலர் இரண்டிலும் அசத்தலாம், ஆனால் பெரும்பாலானோர் ஏதாவது ஒன்றில்தான் சுவை காண்பார்கள். எல்லாரும் பாராட்டுகிறார்கள் என்பதற்காக, மாரத்தான் ஓடுகிறவர் நூறுமீட்டர் வெற்றிக்கு ஆசைப்படமாட்டார்.

காரணம், பிறர் பாராட்டாவிட்டாலும், அவர் தனது ஆட்டத்தை ரசிக்கிறார். நூறுமீட்டர் ஓடுகிறவரும் அப்படிதான்!

ஒரு விளையாட்டுப்போட்டியைப் பார்க்கிறவர்கள் கொண்டாட்ட மனோபாவத்தில் இருக்கிறார்கள், கையில் குளிர்பானமும் சிப்ஸூம் வைத்துக்கொண்டு ஒரு சினிமாவைப்போல் அந்த ஆட்டத்தைப் பார்க்கிறார்கள், அவர்களுக்குப் பரபரப்புதான் முக்கியம், போட்டிக்கு நடுவே ஒரு குத்தாட்டம் வைத்தால்கூட அவர்களுக்கு மகிழ்ச்சி.

விளையாடுகிறவர்கள் அப்படியில்லை, அவர்கள் விளையாட்டைத்தான் ரசிக்கிறார்கள், வெற்றி, தோல்வி எல்லாம் அதைச்சார்ந்தே அமைகின்றன.

ஆகவே, ஒரு கால்பந்துப் போட்டி ஒருமணிநேரம் நடைபெற்றால், வீரர்கள் அந்த ஒருமணிநேரத்தையும் முக்கியமாகக் கருதுவார்கள்.

3:2 என்று ஸ்கோர் அமைந்து, இரண்டு நிமிடத்தில் போட்டியை வென்றாகவேண்டும் என்கிற நிலை வரும்போது, அவர்கள் தங்களுடைய திறமையைக் கூடுதலாக வெளிப்படுத்தலாம், அதேசமயம், மீதமுள்ள 58நிமிடங்களும் அவர்கள் கடமைக்கு விளையாடினார்கள் என்று அர்த்தமில்லை, அந்த 58நிமிட உழைப்புக்குப் பலன் பெறுவதற்குதான் இந்த 2நிமிடத்தில் மிகுந்த திறமையைக்காட்டுகிறார்கள்.

மாரத்தான் போட்டியை யாருமே முழுமையாகப் பார்க்கமாட்டார்கள், பார்க்கவும் இயலாது, அதற்காக அதில் ஓடுகிற வீரர்கள் சோர்வடைவார்களா? எந்தப் பார்வையாளரும் இல்லாத, தொலைக்காட்சி ஒளிபரப்புகளும் இல்லாத விளையாட்டுகளில்கூட, வீரர்கள் மனத்தைச் செலுத்திப் போராடுவதில்லையா?

ஒரு விளையாட்டு வீரரின் வளர்ச்சிக்கு, ரசிகர்களின் பாராட்டு முக்கியம், அதேசமயம், கவனத்தை அங்கே குவித்தால், முதலுக்கே மோசமாகிவிடும்.

காரணம், அந்த ரசிகர்கள் அங்கே இருக்கக் காரணம், அவரது விளையாட்டுதான். அதைச் சரியாகச் செய்யாவிட்டால், அவர்கள் வேறு யாரையாவது ரசிக்கச் சென்றுவிடுவார்கள்.

ஆகவே, ஒரு விளையாட்டு வீரர் ரசிகர்களை மகிழ்ச்சிப்படுத்த நினைத்தால், அவர்களைக் கவனிக்கக்கூடாது, தன்னையும் தன் விளையாட்டையும்தான் கவனிக்கவேண்டும், கிட்டத்தட்ட கடமையைச் செய், பலனை எதிர்பார்க்காதே ஃபார்முலாதான், ஒழுங்காக விளையாடினால் கைதட்ட ஆள் இருப்பார்கள், அவர்கள் கைதட்டுவார்களா என்று நினைத்துக்கொண்டு விளையாடினால் ஆட்டம் ருசிக்காது.

பள்ளிப் பையன்கள் தொடங்கி, கல்லூரி மாணவர்கள், வேலைக்குச் செல்கிறவர்கள் என எல்லாருக்கும் பாராட்டு தேவைப்படுகிறது. எதையாவது பிரமாதமாகச் செய்தவுடன், அதை யார் கவனிக்கிறார்கள் என்று ரகசியமாகச் சுற்றிலும் பார்க்கிறார்கள்.

குழந்தைகள் இதை நேரடியாகக் கேட்டுவிடும், ‘எங்க மிஸ் என்னைப் பாராட்டினாங்க’ என்று அது வீட்டில் வந்து சொன்னால், பெற்றோர் உடனே, ‘ஆஹா, சூப்பர்’ என்று பாராட்டவேண்டும், ஏற்கெனவே மிஸ் பாராட்டிவிட்டாரே என்று குழந்தை விடுவதில்லை, பெற்றோரிடமும் மற்றவர்களிடமும் அதைத் தானே வலியச்சென்று சொல்லிப் பாராட்டுகளை வாங்கிக்கொள்ளும்.

கொஞ்சம் வளர்ந்தபிறகு, இப்படி அதுவாகச் சொல்வது குறையும், தன் செயல்பாடுகளைப் பிறர் கவனித்துப் பாராட்டவேண்டும் என்று எதிர்பார்க்கத் தொடங்கும்.

உதாரணமாக, ஒரு கல்லூரி மாணவி தான் நன்கு எழுதிய ஒரு தேர்வுத்தாளை, வேண்டுமென்றே மேஜைமீது வைப்பாள், அதன்பொருள், பெற்றோர் அதை எடுத்துப்பார்க்கவேண்டும், பாராட்டவேண்டும் என்பதுதான்.

அலுவலகத்திலும் இதே கதைதான். ஒருவேலையைச் செய்து சமர்ப்பித்ததும், மேலதிகாரியிடம் ஒரு சபாஷ், அல்லது ஒரு வரி ஈமெயில் வரவேண்டும் என்று எதிர்பார்ப்பதுண்டு. சகஊழியர்களும் பாராட்டினால் இன்னும் சந்தோஷம்.

இப்படிப் பாராட்டுக்கு ஏங்குவது மனிதஇயல்பாக இருப்பினும், அதில் ஒரு சிக்கல் இருக்கிறது: வேலையை ரசித்துச்செய்துவிட்டு, அதற்காகப் பாராட்டை எதிர்பார்ப்பது சரி, பாராட்டு வரவில்லை என்பதற்காக அடுத்த வேலையில் சிரத்தை குறையலாமா?

வெளியிலிருந்து பார்க்கிறவர்களுக்கு இவர் செய்கிற வேலை ஒரு விளையாட்டு, அதில் வித்தியாசமாக ஏதாவது நிகழ்ந்தால், அது அவர்களுக்குப் புரிந்தால்தான் அவர்கள் பாராட்டுவார்கள்.

உதாரணமாக, ஒரு கிரிக்கெட் வீரர் ஒரு போட்டியின் நிறைவில் ஒரே ஒரு பந்துதான் விளையாடுகிறார், அந்தப் பந்தில் அவர் நான்கு ரன்கள் எடுக்கிறார், அதோடு அவருடைய அணி வென்றுவிடுகிறது.

மறுநாள், பத்திரிகைகளில் அந்தப் போட்டியைப்பற்றிய செய்திகள் வருகின்றன, அவரது பெயர் அவற்றில் குறிப்பிடப்படவில்லை. அவர் எடுத்த ரன்கள் வெறும் நான்குதானே!

ஆனால், அந்த நான்கு ஓர் அபாரமான ஷாட். கிரிக்கெட் நுட்பம் அறிந்தவர்கள் அந்த ஷாட்டைப் பல ஆண்டுகளுக்குக் கொண்டாடுவார்கள். மற்றவர்களுக்கு அது புரியாது.

விளையாடுவோருக்கும் பார்வையாளர்களுக்கும் உள்ள வித்தியாசம் இதுதான். விளையாடுகிறவர்கள் கலைஞர்கள், பார்வையாளர்கள் ரசிகர்கள். ஒரு கலைஞனின் நிலைக்கு உயரக்கூடிய ரசிகர்கள், அவன் மனத்தைப் புரிந்துகொண்டு ரசிக்கக்கூடியவர்கள் குறைவுதான்.

ஆகவே, கலைஞன் ரசிகனைச் சார்ந்திருப்பது நியாயமில்லை. அப்படியிருந்தால், அவரது கலைநுட்பம் வளராது.

அதற்காகப் பாராட்டே வேண்டாம், ரசிகர்களே வேண்டாம் என்று இருக்கவேண்டியதில்லை, நம்முடைய வேலையை ரசித்துச்செய்தால் மற்றவை தானே வரும் என்று எண்ணவேண்டும்.

அதாவது, கலைஞனுக்கு அவனே முதல் ரசிகன், அவன் சொல்லும் பாராட்டையே அவன் மிக உயர்வாக மதிக்கிறான். அந்தப் பாராட்டு கிடைத்துவிட்டால், மற்றவர்களுடைய பாராட்டெல்லாம் போனஸ்தான்.

ஒருவேளை, அந்தப் பாராட்டு கிடைக்காவிட்டால், அவன் கவலைப்படுகிறான், அடுத்த வேலையை இன்னும் சிறப்பாகச் செய்து தன்னிடமே பாராட்டு வாங்கநினைக்கிறான். இந்தக் குணம் ஒருவருடைய வளர்ச்சிக்கு மிகவும் முக்கியம்.

மேலாண்மை நிபுணர்கள் 1% முன்னேற்றம் என்று ஒரு விஷயம் சொல்கிறார்கள். ஒவ்வொரு வேலையைச் செய்யும்போதும், முந்தைய வேலையைவிட வெறும் 1% முன்னேறினால் போதும் என்கிறார்கள்.

வெறும் 1%ஐ வைத்துக்கொண்டு என்ன செய்வது?

அப்படி எண்ணிவிடவேண்டாம், ஒருவர் ஒவ்வொருமுறையும் 1% முன்னேறினால், வெறும் எழுபதே முயற்சிகளில் அவருடைய திறமை இருமடங்காகிவிடும் என்கிறது கணிதம்!

இதை வாழ்நாள் முழுவதும் தொடர்ந்தால், ஒன்று நூறாகும், ஆயிரமாகும், ரசிகர்கள் பின்னாலேயே வருவார்கள்!

ஒன்பதாம் சுற்று

மாரத்தான் போன்ற ஓட்டங்களில் பங்கேற்பவர்கள், திடீரென்று பின்பக்கமாகத் திரும்பி ஓடுவதுண்டு.

அதாவது, கண்களால் சாலையைப் பார்த்து முன்னோக்கிக் கால்களை நகர்த்தி ஓடாமல், முதுகுப்புறமாகத் திரும்பிக்கொண்டு கால்களைப் பின்னே வைத்து நடப்பார்கள், அல்லது, மெதுவாக ஓடுவார்கள், சிறிதுதூரத்துக்குப்பிறகு, மீண்டும் பழையபடி சாதாரணமாக ஓடத்தொடங்கிவிடுவார்கள்.

இதை அவர்கள் எல்லா இடங்களிலும் செய்யமாட்டார்கள், சாலையைப் பார்த்து ஓடவேண்டிய அவசியமில்லை என்கிற அளவுக்குப் பாதுகாப்பான சில இடங்களில்மட்டும்தான் செய்வார்கள்.

இந்தப் பழக்கத்துக்குச் சில மருத்துவக்காரணங்கள் இருக்கின்றன என்கிறார்கள், ஒரேமாதிரியாக ஓடுவதால் உடலில் ஏற்படுகின்ற உராய்வு, தேய்மானம் போன்றவற்றை இந்தத் திடீர் பின்னோக்கிய ஓடல் சமன்செய்துவிடுமென்று நம்பப்படுகிறது.

உண்மையில், உடலைவிட, இந்தப் பழக்கத்தால் மனத்துக்குதான் நன்மை அதிகம் என்பதை நாம் அனுபவபூர்வமாக உணரலாம்.

உதாரணமாக, தினமும் ஒரே பாதையில் அலுவலகத்துக்குச் செல்கிற ஒருவர், என்றைக்காவது ஒருநாள் ஏதோ காரணத்தால் வேறொரு பாதையில் செல்லவேண்டியிருக்கிறது, அந்தச் சிறிய மாற்றம், அவருடைய மனத்தில் என்றைக்கும் இல்லாத ஒரு புது மகிழ்ச்சியைக் கொண்டுவரும். சலிப்போடு அலுவலகம் செல்கிறவர் திடீரென்று உலகைப் புதிதாகப் பார்க்கத்தொடங்குவார்.

அவர் செல்லப்போவது அதே அலுவலகம்தான், அதனுள் இருக்கிற மனிதர்கள், பிரச்னைகள், அழுத்தங்கள் எவையும் மாறவில்லை, ஆனால், அலுவலகம் செல்லும் வழி மாறும்போது, அவர் தன் கண்ணை மூடிக்கொண்டு செல்வதில்லை, 'அட, தெரிஞ்ச வழிதானே' என்று எண்ணுவதில்லை, சுற்றியிருப்பவற்றைக் கூர்ந்து கவனிக்கத்தொடங்குகிறார், மூளை 'ஆட்டோ-பைலட்' எனப்படும் தானியங்கிவகையில் இயங்காமல் புத்துணர்ச்சிகொள்கிறது.

இதே காரணத்தால்தான், ட்ரெட்மில்லில் ஓடுவதைவிட, சாலையில் இறங்கி ஓடுவது நல்லது என்கிறார்கள். நேரமில்லை, சாலைகள் பாதுகாப்பாக இல்லை, சுற்றுச்சூழல் மாசு என்று ஆயிரம் காரணங்கள் சொன்னாலும், அதிகாலையில் எழுந்து சாலையில் ஓடுகிற ஒருவர், அதேநேரத்தில் வீட்டுக்குள் ஓர் இயந்திரத்தில் ஓடிக்கொண்டிருப்பவரைவிட மகிழ்ச்சியாக உணர்வார்.

காரணம், நம் மூளைக்கு 'வழக்கமான' விஷயங்கள் போரடிக்கின்றன, 'புது விஷயங்கள்' பிடிக்கின்றன.

தினமும் மனைவி நன்றாகத்தான் சமைக்கிறார், ஆனால், என்றைக்காவது ஹோட்டலுக்குச் செல்லும்போது அந்த உணவு வேறுவிதமாக ருசிக்கிறதே, எப்படி?

அந்த மனைவிக்கு, அது ஒரு பெரிய மாற்றம்: தானே

சமைத்துத் தானே பரிமாறித் தானே சாப்பிடுவதற்குப்பதில், இன்னொருவரின் சமையலைச் சாப்பிடுகிற அனுபவம். அவர் ஹோட்டல் உணவை ரசித்தால் அதற்குக் காரணம் வேறு.

ஆனால், அந்தக் கணவர், குழந்தைகளுக்கு இது ஒரு சிறிய மாற்றம்தான். வீட்டில் மனைவி/தாய் சமைத்துப் பரிமாறுவதற்குப்பதில் இங்கே இன்னொருவர் சமைக்கிறார், வேறொருவர் பரிமாறுகிறார், அவ்வளவுதானே? அவர்கள் ஏன் அந்த உணவை மிகவும் ரசிக்கிறார்கள்?

இத்தனைக்கும் வீட்டுச்சமையல் ஆரோக்கியமானது, அதிகச்சுவையானது, மலிவும்கூட. என்றைக்காவது ஒருநாள் ஹோட்டலில் சாப்பிடுவது சரி, தினமும் சாப்பிட்டால் வயிற்றுக்கும் ஆகாது, பர்ஸுக்கும் ஆகாது.

சொல்லப்போனால், தினமும் ஒரே ஹோட்டலில் சாப்பிடுவதால் மூளை அதே பழைய 'ஆட்டோ-பைலட்' தானியங்கிமுறைக்குத் திரும்பிவிடும், அதை வெறுக்கத்தொடங்கிவிடும்.

அதனால்தான், தினமும் ஹோட்டலில் சாப்பிடவேண்டிய தேவையுள்ள பிரம்மச்சாரிகள் போன்றோர், குறைந்தபட்சம் அந்த ஹோட்டலையாவது மாற்றுகிறார்கள், இன்றைக்கு வசந்தபவன், நாளைக்கு ஆரியபவன், மறுநாள் லட்சுமிமெஸ் என்று அட்டவணை போட்டுக்கொள்கிறார்கள். இதனைக் கட்டுப்படுத்துவது நாக்குமட்டுமல்ல, மூளையும்தான்!

ஒவ்வொரு ஹோட்டலும் வெவ்வேறு அனுபவம், ஹோட்டல் வாசல் அலங்காரத்தில் தொடங்கி, உள்ளே நாற்காலிகள், மேஜைகள் போடப்பட்டிருக்கும் விதம், மேஜையின் வழவழப்பு, பயன்படுத்தப்படும் தட்டு, ஸ்பூன், தம்ளர், பரிமாறுபவரின் மனோபாவம், பரிமாறப்படும் பொருள்கள், சுவர்ஓவியங்கள், ஏஸி, ஃபேன்... அவ்வளவு ஏன், பரிமாறுகிற கரண்டிகூட ஹோட்டலுக்கு ஹோட்டல் மாறுகிறது.

அதற்காக இப்போது எல்லாரும் ஹோட்டலுக்குப் பின்னோக்கி ஓடவேண்டும் என்று அர்த்தமில்லை, வாழ்க்கையில்

சலிப்புசேர்கிற தருணங்களில், இந்தப் ‘பின்னோக்கி ஓடல்’ உத்தியைப் பயன்படுத்திப்பார்க்கலாம்.

கிரிக்கெட்டில் ‘ரிவர்ஸ் ஸ்வீப்’ என்று ஒரு சங்கதி உண்டு. வழக்கமாக வலக்கையால் விளையாடும் ஒரு வீரர், திடீரென்று இடக்கையால் ஒரு பந்தை அடிப்பார், அது பார்ப்பதற்கு மிக அழகாக இருக்கும், எதிரணி வீரர்களும் இதை எதிர்பார்க்காமல் திகைத்துப்போவார்கள்.

அதுபோல, ‘*Comfort Zone*’ எனப்படும் சவுகர்யமானபகுதியிலிருந்து வெளியேவந்து, எதையேனும் புதுமையாகச்செய்வது மூளைக்கு நல்லது. இந்தச் சின்னச்சின்ன மாற்றங்களைப் பழக்கமாக்கிக் கொண்டால், அதுவே ஒருவரைப் புத்துணர்ச்சியுடன் தொடர்ந்து இயங்கவைக்கும்.

‘பாதுகாப்பான உணர்வு என்பது ஒரு வலை, அதில் விழுந்துவிடக்கூடாது’ என்கிறார் ஜும்பா லஹிரி. ஆங்கிலத்தில் பிரபல எழுத்தாளரான இவர், சமீபத்தில் தன்னுடைய வாழ்க்கை வரலாறை இத்தாலிய மொழியில் எழுதியிருக்கிறார். அது ஏன் என்று விசாரித்தபோதுதான் அவர் இப்படிச் சொன்னார்.

ஜும்பாவின் வீட்டில் எல்லாரும் பெங்காலி பேசினார்கள், ஆனால் பள்ளியில் ஆங்கிலமே பொதுமொழியாக இருந்தது. ஆகவே, அவர் ஆங்கிலத்தில் எழுதத்தொடங்கியது ஓர் இயல்பான விஷயம்.

ஆங்கிலத்தில் அவரது நூல்கள் பெருவெற்றியடைந்தன. புலிட்சர் உள்ளிட்ட பல பரிசுகள், கௌரவங்களையும் பெற்றார்.

அவர் நினைத்திருந்தால், அப்படியே ‘செட்டிலாகி’யிருக்கலாம். வருடத்துக்கொரு புத்தகம் என்று ஒப்பந்தம் போட்டுக்கொண்டு பணமும் புகழும் சம்பாதித்திருக்கலாம்.

ஆனால், ஜும்பா லஹிரி அதை விரும்பவில்லை. அப்படி ஒரே மாதிரியாகத் தொடர்ந்து எழுதுவது ஓர் எழுத்தாளருக்குப் பெரிய ஆபத்து என்று கருதினார் அவர்.

ஆபத்தா? இது கொஞ்சம் டூமச்சா இல்லை? எத்தனையோ எழுத்தாளர்கள் தங்கள் சொந்தமொழியில் நூற்றுக்கணக்கான நூல்களை எழுதியிருக்கிறார்கள், அவர்களுக்கெல்லாம் என்ன குறை வந்துவிட்டது?

'அவர்களைப்பற்றி எனக்குத் தெரியவில்லை. ஆனால், அப்படி சவுகர்யமாக ஒரு விஷயத்தில் செட்டிலாவதை நான் விரும்பவில்லை, அது எனக்கு ஆபத்தாகவே தோன்றியது' என்று விளக்குகிறார் ஜும்பா லஹிரி, 'அப்போது என்னுடைய வாழ்க்கையிலும் பல விஷயங்கள் உறைந்துநிற்பதாகத் தோன்றியது, எதையேனும் மாற்றவேண்டும் என்று நினைத்தேன், நான் எழுதும் மொழியை, கலாசாரத்தை மாற்றிப்பார்க்கத் தீர்மானித்தேன்.'

இதற்காக, அவர் ஆங்கிலத்தில் எழுதுவதை நிறுத்தினார், அவ்வளவு ஏன், ஆங்கிலத்தைப் படிப்பதைக்கூட நிறுத்திவிட்டார்.

இப்படி ஆங்கிலத்துடன் தொடர்பைக் குறைத்துக்கொண்ட ஜும்பா லஹிரி, அதை இன்னும் கண்டிப்பாகச் செயல்படுத்துவதற்காகத் தன் குடும்பத்துடன் ரோமில் குடியேறியிருக்கிறார், அந்த ஊர்க் கலாசாரத்தைப் புரிந்து கொண்டு, இத்தாலிய மொழியை நன்றாகக் கற்றுக்கொண்டு எழுதத்தொடங்கியிருக்கிறார், இப்போது, தனக்குச் சம்பந்தமே இல்லாத இன்னொரு மொழியில் தன்னுடைய சுயசரிதையை எழுதியிருக்கிறார்.

இன்னொரு மொழியைக் கற்றுக்கொள்ளவேண்டும் என்கிற ஆர்வம் யாருக்கும் எளிதில் வந்துவிடுவதில்லை. பொதுவாக, அதற்கு ஏதாவது ஒரு தேவை இருக்கும், வெளியூரில், வெளிநாட்டில் வேலைபார்க்கிற கட்டாயம், அல்லது அந்த மொழியைக் கற்றுக்கொண்டால் சில புதிய வாய்ப்புகள் திறக்கும் என்கிற சூழ்நிலை ஏற்பட்டால்தான் பெரும்பாலானோர் அதற்கான முயற்சியில் இறங்குவார்கள்.

பொதுமக்களுக்கே இப்படியென்றால், ஒரு மொழியை

நேசித்து, அதில் நூல்கள் எழுதிப் புகழ்பெற்ற ஓர் ஆசிரியருக்கு அதை விடுத்து வெளியே வருவது எத்துணைச் சிரமமாக இருந்திருக்கவேண்டும்! இத்துணைச் சிரமப்பட்டு அவர் அதைச் செய்திருக்கிறார் என்றால், அதற்கு எத்துணை வலுவானதொரு காரணம் இருந்திருக்கவேண்டும்!

ஜும்பா லஹிரிபோல் நாம் ஒவ்வொருவரும் புதுமொழியைக் கற்றுக்கொள்வது சாத்தியமில்லை, ஆனால், வாழ்க்கை ஒரேமாதிரியாகச் சென்றுகொண்டிருப்பதைக் கவனிக்கப் பழகவேண்டும், அதனை அப்படியே செல்ல அனுமதித்தால் என்ன நடக்கும் என்று யோசிக்கவேண்டும்.

'தேடிச்சோறு நிதம்தின்று' என்கிற பாரதியார் கவிதை இந்த உணர்வைக் கச்சிதமாகப் பிரதிபலிக்கிறது, அவர் எழுதிய பின்னணி வேறாக இருக்கலாம், ஆனால் 'ஒரேமாதிரி வாழ்ந்துகிட்டிருக்கோமோ' என்கிற சலிப்பு வாழ்வின் ஏதோவொரு தருணத்தில் எல்லாருக்கும் உண்டு. அதுபோன்ற நேரங்களில், இந்தச் சிறு மாற்றங்களை முயன்றுபார்க்கலாம்.

முக்கியமான போட்டிகளுக்குமுன்னால், கிரிக்கெட் வீரர்கள் பயிற்சியெடுக்கிற புகைப்படங்களைப் பாருங்கள், அவர்கள் கால்பந்து விளையாடுவதுபோல் ஒரு காட்சி இருக்கும்.

கிரிக்கெட் வீரர்களுக்குக் கால்பந்து எதற்காக? வெறும் ஓட்டப்பயிற்சிக்காகவா?

அல்ல. இவர் பந்துவீச்சாளர், இவர் பேட்ஸ்மேன், இவர் விக்கெட் கீப்பர், இவர் இந்த இடத்தில்தான் நின்று பந்தைத் தடுப்பார் என்பதுபோன்ற மனத்தடைகளை ஏற்படுத்திக்கொள்ளாமல், அணியில் எல்லாருக்கும் ஒரேமாதிரியான பொறுப்பு என்கிற உணர்வைக் கால்பந்து ஏற்படுத்துகிறது. அந்த மாற்றத்தால், தங்கள் அணியின் சகவீரர்களை அவர்கள் வேறுவிதமாகப் பார்க்கத்தொடங்குகிறார்கள், அவர்களுடைய மூளை புத்துணர்ச்சி பெறுகிறது!

இதேபோல், எப்போதும் கால்பந்து விளையாடுகிற அணிகள்,

தங்களுடைய பயிற்சியின்போது வேறு ஏதாவது மாற்ற உத்திகளைப் பயன்படுத்துவார்களாக இருக்கும். ‘ஒரேமாதிரி’ என்ற வலையிலிருந்து வெளியே வரவேண்டும், அவ்வளவுதான்.

ஆங்கிலத்தில் இதனை *Unwinding* என்பார்கள், இறுக்கத்தைத் தளர்த்துதல், உடலுக்கும் மனத்துக்கும் நலம்தரும் விளையாட்டு!

இதைப் பொழுதுபோக்குடன் இணைத்துக் குழப்பிக்கொள்ளக் கூடாது. இரண்டுக்கும் ஒரு நுணுக்கமான வித்தியாசம் உள்ளது.

அலுவலகத்தில் வேலை செய்து களைத்த ஒருவர், சிறிது நேரம் தொலைக்காட்சி பார்க்கிறார் என்றால், அது பொழுதுபோக்கு சார்ந்த மாற்றம், தன்னுடைய வேலையை நிறுத்திவிட்டு, சக ஊழியர் ஒருவருடைய வேலையில் உதவுகிறார் என்றால், அது வெறும் பொழுதுபோக்கு அல்ல, சில நிமிடங்கள் கழித்து அவர் தன்னுடைய பழைய வேலையைச்செய்யத் திரும்பும்போது, அவருடைய மூளை இன்னும் கூர்தீட்டப்பட்டிருக்கும்!

அபூர்வமாகச் சில நேரங்களில் வேலையே பொழுதுபோக்காகவும், அதுவே *Unwinding*காகவும் அமைந்துவிடலாம், அது பெரும் பாக்கியம்!

பத்தாம் சுற்று

இந்த வருட ஐபிஎல்லில் சென்னை சூப்பர் கிங்ஸ் இல்லை!

காரணமெல்லாம் இரண்டாம்பட்சம், இல்லையென்றால் இல்லை, அவ்வளவுதான்.

இந்த விஷயம் தெரியவந்தபோது, ஆரம்பத்தில் சிஎஸ்கே ரசிகர்கள் கோபப்பட்டார்கள், ஆத்திரப்பட்டார்கள், 'சிஎஸ்கே இல்லாம ஐபிஎல்லே நடக்காது' என்றார்கள்.

ஆனால், என்னதான் உன்னதமான அணியாக இருந்தாலும், அது ஓர் அணிதான். அதற்காகப் போட்டி நின்றுவிடாது. ஐபிஎல் திட்டமிட்டபடி நடைபெறும் எனத் தெரிந்தது.

அடுத்தகட்டமாக, சிஎஸ்கே அணியில் விளையாடிக்கொண்டிருந்த வீரர்கள் பிற அணிகளுக்குச் சென்றார்கள். இதையும் சிஎஸ்கே ரசிகர்கள் வேதனையோடு பார்த்தார்கள். தங்களுடைய ஆதர்ஷ வீரர்கள், முக்கியமாக தோனி இன்னோர் அணிக்காக விளையாடப்போகிறார், அந்த அணியின் சீருடையை அணியப்போகிறார் என்ற எண்ணத்தையே பலரால் தாங்க இயலவில்லை.

தோனியும் உணர்ச்சிபூர்வமாகச் சில பேட்டிகள் கொடுத்தார். அதன்பிறகு வேறு அணியில் ஆடத் தயாராகிவிட்டார், கிரிக்கெட்மீது ஆர்வமுள்ளவர் அப்படித்தான் செய்வார், அதைப் பணத்தாசை என்று வர்ணிப்பதெல்லாம் அராஜகம்.

இப்போது, சிஎஸ்கே ரசிகர்களும் மனத்தைத் தேற்றிக்கொண்டு ஐபிஎல்லைப் பார்க்கத்தயாராகிறார்கள். அவர்களுடைய ஒரே நம்பிக்கை, இரண்டாண்டுகளுக்குப்பிறகு சிஎஸ்கே மீண்டுவரும், தோனி தங்களுடைய அணிக்கே திரும்புவார் என்பதுதான்.

இந்தநேரத்தில், ஐபிஎல் தொடங்கப்பட்டபோது எழுந்த சில கேள்விகளை நினைவுபடுத்திப்பார்க்கலாம்.

அப்போதெல்லாம் இந்தியாவில் கிரிக்கெட் என்றாலே கவாஸ்கரும் கபிலும் சச்சினும் தோனியும் விளையாடிய 'இந்திய' அணிதான். அவர்களெல்லாம் ரஞ்சியிலும் மற்ற போட்டிகளிலும் விளையாடித்தான் மேலே வந்தார்கள். ஆனால் அப்போது அவர்களை யாரும் கவனிக்கவில்லை, இப்போது ரஞ்சியில் விளையாடுகிறவர்களையும் யாரும் கவனிப்பதில்லை.

இதனால், நம் ரசிகர்களுக்கு கிரிக்கெட் என்பது இந்தியாவுக்கும் இன்னொரு தேசத்துக்கும் இடையே நடக்கிற விளையாட்டு, அந்த இன்னொரு தேசம் பாகிஸ்தானாக இருந்துவிட்டால், அதுவொரு மினி போர். எதிரணி வீரன் வீழவேண்டும், நம் அணியினர் சிக்ஸர்களாக விளாசவேண்டும், நாம் வெல்லவேண்டும், இது ஒன்றுதான் ஆசை.

இந்தப் பல்லாண்டுச் சிந்தனையை, ஐபிஎல் ஒரே ராத்திரியில் கலைத்துப்போட்டது. நம்மவர்கள் 'இந்திய' அணியில் பார்த்து ரசித்த அதே வீரர்கள், இப்போது சென்னை, மும்பை, டெல்லி, கொல்கத்தா என்று பல அணிகளில் பிரிந்துவிட்டார்கள். அவர்களோடு யாரோ பெயர்தெரியாத சின்னப் பையன்கள் விளையாடுகிறார்கள்.

அட, அதுகூடப் பரவாயில்லை, வெளிநாட்டுக்காரர்களும் இந்தியர்களும் ஒரே அணியில் விளையாடுகிறார்கள், இதென்ன கலாட்டா?

இப்போது இந்திய ரசிகன் யாரை ரசிப்பான்? யாரைத் திட்டுவான்? சச்சின் விளையாடுகிறார் என்று பார்த்து மகிழ்வதா, அல்லது, அவருக்கெதிராக என்னுடைய ஊர் அணியில் ஓர் ஆஸ்திரேலியர் பந்து வீசுகிறாரே, அவரைக் கொண்டாடுவதா? ஒருவேளை என் ஊர் அணிக்கு எதிராக சச்சின் சிக்ஸரடித்து விட்டால், நான் சந்தோஷப்படக்கூடாதா? இதென்ன அக்கிரமம்!

இத்தனைக்கும் 'என் ஊர் அணி' என்று நான் சொல்லும் அணியில் என் ஊர்க்காரர்கள் யாராவது ஓரிருவர் இருக்கலாம், இல்லாமலும் போகலாம். பெயரளவில் அது 'என் ஊர் அணி', அதற்காக நான் அதை ரசிக்கவேண்டுமா?

ரசிகர்களுக்கே இத்தனை குழப்பம் என்றால், விளையாட்டு வீரர்கள் எப்படிக் குழம்பியிருப்பார்கள்! நேற்றுவரை சேர்ந்து விளையாடியவருக்கெதிராக இன்று வியூகங்கள் வகுக்கவேண்டும், போனவாரம் எதிர்த்துவிளையாடிய வெளிநாட்டுக்காரருடன் இந்த வாரம் இணைந்து விளையாடவேண்டும், என்ன கொடுமை சார் இது!

நல்லவேளையாக, இந்தக் குழப்பங்களெல்லாம் முதல் ஐபிஎல்லுடன் சென்றுவிட்டன, கொஞ்சம்கொஞ்சமாக, ரசிகர்கள் இதைப் பொழுதுபோக்காகப் பார்க்கத்தொடங்கினார்கள், விளம்பரங்களும் அப்படித்தான் அறிவித்தன, கிரிக்கெட் பார்க்காத பலர் ஐபிஎல்லுக்காக கிரிக்கெட் பார்க்கவந்தார்கள், பிறகு அவர்கள் மற்ற கிரிக்கெட் போட்டிகளையும் பார்க்கத்தொடங்கியதால், ஒட்டுமொத்தமாக கிரிக்கெட்டுக்கு நன்மைதான்!

இந்த வடிவம் ஒரு மாதிரி பழகியநிலையில், சிஎஸ்கே காணாமல்போயிருக்கிறது. ரசிகர்கள் பழைய குழப்பத்துக்குத் திரும்பிவிட்டார்கள், 'முன்பு என் ஊர் அணியில் இருந்தார் என்பதற்காக, இப்போது இன்னோர் ஊர் அணியில் இருக்கிறவரை நான் தொடர்ந்து ரசிக்கவேண்டுமா? ஒருவேளை இரண்டு சிஎஸ்கே வீரர்கள் இரண்டு வெவ்வேறு அணிகளில் சேர்ந்து, ஒருவரோடு ஒருவர் மோதினால், நான் யாரை ஆதரிக்கவேண்டும்?'

இதிலென்ன சந்தேகம்? நன்றாக விளையாடுகிறவரைத்தான் ஆதரிக்கவேண்டும்!

ஆக, 'நம் ஊர்' என்ற அடையாளம் கொஞ்சம் நகர்ந்தபிறகுதான், நன்கு விளையாடுகிறவரை ரசிக்கிற மனோபாவம் வருகிறது. இல்லாவிட்டால், அந்த அடையாளத்தையே காரணமாகக் கொண்டு ஒருவருடைய சுமாரான விளையாட்டைக்கூட ரசித்திருப்போம், அவர் தவறுசெய்தாலும் சப்பைக்கட்டொன்றைக் கண்டறிந்திருப்போம்.

இதை சிஎஸ்கே ரசிகர்கள்மட்டும்தான் செய்கிறார்கள் என்று சொல்லவரவில்லை. அநேகமாக எல்லா ஐபிஎல் அணிகளின் ரசிகர்களும் இப்படித்தான் நடந்துகொள்கிறார்கள்.

இதே ரசிகர்கள், தங்களுடைய அணியில் இருக்கும் ஒருவரால் அந்த அணி தோற்றுவிட்டது என்றால், அவரை விடமாட்டார்கள், பிரித்துமேய்ந்துவிடுவார்கள், 'இவருக்குப் பதிலா அவரை எடுத்திருக்கலாம்' என்று சர்வசாதாரணமாகச் சொல்லிவிடுவார்கள்.

ஆக, அணி வீரர்கள் முக்கியம், அவர்களைவிட அணி முக்கியம், அவர்களைவிட அணியின் வெற்றி முக்கியம்... இதுதான் வரிசை.

பெரிய அணிகள்தான் என்றில்லை, சிறிய அணிகளின் ரசிகர்களுக்கும் இதே மனோபாவம்தான். சமீபத்தில் பங்களாதேஷும் இந்தியாவும் மோதியபோது பங்களாதேஷ் ரசிகர்கள் காட்டிய ஆவேசமும், தங்கள் அணி தோற்றுப்போன போது வருந்தி அழுததும் அதனால்தான்.

'என் அணி சிறிய அணி, அது தோற்றாலும் பரவாயில்லை' என்று எந்த ரசிகனும் நினைக்கமாட்டான். ஒருவேளை தோற்றால், அணியிலிருக்கும் சுமாரான வீரர்கள்மீதுதான் பாய்வான்.

இதன் அர்த்தம், அணியில் இருக்கும் வீரர்கள் அதனை வெல்லச் செய்வதற்காகவே இருக்கிறார்கள், வெறும் *Member*களுக்கு அங்கே

மரியாதையில்லை, வெற்றிக்குப் பங்களிப்பவர்களுக்குதான் மரியாதை.

ஒருவேளை அணியில் சிலருடைய பங்களிப்பால் அது தொடர்ந்து வெல்கிறது என்றால், பங்களிக்காத மற்றவர்களை அதிகப்பேர் கவனிக்கமாட்டார்கள், 'சரி, வா, நீயும் சாப்டுட்டுப்போ' என்று அவர்களையும் தங்கள் குடும்பமாக ஏற்றுக்கொண்டுவிடுவார்கள். அதே அணி தோற்கும்போது, பங்களிக்காதவர்கள்மீது கோபம் திரும்பும்.

ஒருவர் நேற்றுவரை நன்றாக விளையாடிவிட்டு இன்றைக்குச் சொதப்பினால்கூட, ரசிகர்கள் இரக்கமில்லாமல் அவர்மீது பாய்வார்கள், தொடர்ந்து சொதப்பினால், அவ்வளவுதான்!

இதே மனோபாவத்தை, கார்ப்பரேட் உலகத்திலும் பார்க்கலாம்.

இங்கே அணிகளுக்குப் பதிலாக, நிறுவனங்கள், அவற்றில் விளையாடும் வீரர்களுக்குப்பதிலாக, ஊழியர்கள். இந்த நிறுவனங்கள் மோதுகின்ற களம்தான், சந்தை.

இது காய்கறி வாங்கும் சந்தை அல்ல, ஷாம்பூ தயாரிக்கிற பத்து நிறுவனங்களுக்கு, அந்த நாட்டில் (அல்லது உலகம்முழுக்க) ஷாம்பூ வாங்குகிற எல்லாருடைய மனமும்தான் சந்தை. அங்கே யார் இடம்பிடிப்பது என்று அவர்கள் தங்களுக்குள் மோதிக்கொள்கிறார்கள், அதில் வெல்லும் நிறுவனத்தின் ஷாம்பூ அதிகம் விற்கிறது.

அப்படியானால் மற்ற நிறுவனங்கள்?

அவர்கள் கிடைத்த பங்கை வைத்துக்கொண்டு திருப்தியடையமாட்டார்கள், எப்படியாவது முதலிடத்தைப் பிடித்துவிடவேண்டும் என்று முனைவார்கள்.

ஆக, சந்தையில் எந்நேரமும் ஐபிஎல்போல் போட்டி நடந்துகொண்டுதானிருக்கிறது, அதில் ஒரு நிறுவனம் வெல்லவேண்டுமென்றால், அதன் ஊழியர்கள் நன்றாகச் செயல்படவேண்டும்.

ஒரு நிறுவனம் வென்றுகொண்டிருக்கும்போது, ஊழியர்களில் சிலர் சொதப்பினாலும் கண்டுகொள்ளமாட்டார்கள். அதே நிறுவனம் தோல்வியைச் சந்தித்தால், இரண்டாவது, மூன்றாவது இடங்களுக்குத் தள்ளப்பட்டால், சரியாகப் பணியாற்றாதவர்களுக்குத் தண்டனை நிச்சயம்!

ஊழியர்கள் என்றில்லை, மேலாளர்கள், அவ்வளவு ஏன், நிறுவனத்தலைவருக்குக்கூட இதே நிலைமைதான். 'குடும்ப நிறுவன'ங்களில் மட்டும் 'தலைவர்' பதவிக்கு ஆபத்து இருக்காது, மற்ற நிறுவனங்கள் சொதப்பினால் பங்குதாரர்கள் தலைவர் கண்ணில் விரலைவிட்டு ஆட்டிவிடுவார்கள்!

ஆகவே, வீரர்கள், அதற்குமேல் அணி, அதற்குமேல் அணியின் வெற்றி என்கிற அதேவரிசை, கார்ப்பரேட் உலகிலும் பொருந்துகிறது, அடிமட்ட ஊழியர்கள், அவர்களுக்குமேல் அதிகாரிகள், அவர்களுக்குமேல் நிறுவனம், அதற்குமேல் நிறுவனத்தின் வெற்றி.

நம் வீடுகளிலும் இதே வரிசையைப் பார்க்கலாம், குடும்ப உறுப்பினர்கள் ஒருவர்மீது மற்றவர் வைத்திருக்கும் பாசம், அந்தக் குடும்ப அமைப்பைக் கட்டிக்காப்பதற்காகத்தான். அதில் யாராவது அதற்குக் கேடு விளைவிப்பதுபோல் நடந்து கொண்டால், மற்றவர்கள் இடித்துரைப்பார்கள், அவர்களைத் திருத்துவார்கள்.

பிழைசெய்தவரைத் திருத்தவேண்டியது அவ்வளவு முக்கியமா? அவர்களே புரிந்துகொண்டு திருந்துவார்கள் என்று விட்டு விடக்கூடாதா?

ஆங்கிலத்தில் '*Weakest Link In A Chain*' என்று ஒரு பதம் உண்டு. அதாவது, ஒரு சங்கிலியின் மிகப் பலவீனமான கண்ணி.

அந்தச் சங்கிலியைப் பிடித்து இழுக்காதவரை, அந்தக் கண்ணியால் எந்தப் பிரச்னையும் இல்லை, அதுபாட்டுக்கு இருக்கும்.

ஆனால், முக்கியமான ஒரு நேரத்தில், சங்கிலியை யாராவது இழுக்கும்போது, அல்லது அதில் எடை ஏற்றப்படும்போது, இந்தப் பலவீனமான கண்ணிதான் முதலில் உடையும். ஆகவே, ஒட்டுமொத்தச் சங்கிலியும் உடைந்துபோய்விடும்.

இதனால், பலவீனமான கண்ணியைக் கவனிப்பது அவசியம். அந்தக் கண்ணி ஒரு மனிதராக இருக்கும்பட்சத்தில், அவருக்கு வலிக்காதபடி சொல்லலாம், அவரது நிலைமையைக் கருத்தில்கொண்டு, அவர் மாறுவதற்கு வேண்டிய நேரம் தரலாம்.

ஒருவேளை அவர் மாறாவிட்டால், ஒட்டுமொத்தச் சங்கிலியின் பாதுகாப்பைக் கருதி, அந்தக் கண்ணியை நீக்கிவிட்டு, அதற்குப் பதிலாக இன்னொரு கண்ணியைப் பொருத்தவேண்டும்.

ஏனெனில், அமைப்பு முக்கியம், அதன் வெற்றி மிக முக்கியம்!

11ம் சுற்று

ஒரு ஹாக்கி அல்லது கால்பந்து அணியில் பலர் விளையாடலாம், ஆனால் அவர்களில் ஒருவருக்கு மட்டும் கொஞ்சம் அதிகக் கவனிப்பு உண்டு!

கோல்கீப்பர் எனப்படும் காப்பாளர்தான் அவர்!

பொதுவாக இந்த அணிகளில் இருக்கும் மற்ற வீரர்களெல்லாம்கூட, கோல்கீப்பரிடம் கொஞ்சம் பணிவாகவே நடந்துகொள்வார்களாம். வம்பு தும்பு வைத்துக்கொள்ள மாட்டார்களாம்.

ஏன் அப்படி?

பொதுவாக, கோல்கீப்பரை *'last line of defense'* என்பார்கள், அதாவது, கடைசித் தற்காப்பு.

உங்களை ஒரு ராஜாவாகக் கற்பனை செய்துகொள்ளுங்கள், நீங்கள் ஒரு பிரம்மாண்டமான அரண்மனையில் வசதியான அறையொன்றில் இருக்கிறீர்கள், அதன் வாசலில் ஒரு பாதுகாவலர், அதற்கு வெளியே பல அடுக்குகளில் காவலர்கள், அரண்மனைக்கு வெளியே மூன்று சுற்றுச்சுவர்கள், அப்புறம் பெரிய அகழி, அதில் முதலைகள்...

இத்தனை பாதுகாப்பு இருந்தாலும், நீங்கள் யாருக்கு அதிக மரியாதை தருவீர்கள்? உங்களுடைய அறைக்கு வெளியே நிற்கும் பாதுகாவலருக்குதானே?

சொல்லப்போனால், அவருடைய வேலையைவிட, வெளியே இருக்கும் அத்தனை காவலர்கள், சுவர்கள், முதலைகளின் வேலைதான் பெரியது. அவர்கள்தான் எதிரிகளை முதலில் சந்திக்கிறார்கள், தடுத்துநிறுத்துகிறார்கள்.

ஆனால், ஒருவேளை அவர்கள் தோற்றுவிட்டால், கடைசியாக உங்கள் அறைவாசலில் இருக்கும் காவலரின் பணி மிக முக்கியமாகிவிடுகிறது. அவர் அந்த ஆபத்துக்குத் தயாராக இருந்து உங்களைக் காக்கவேண்டும், அதனால்தான் அவருக்கு மிகுந்த முக்கியத்துவம் தரப்படுகிறது.

ஹாக்கி, கால்பந்துப் போட்டிகளிலும் இதே கதைதான். பல வீரர்கள் மைதானம் முழுக்க ஓடிப் பந்தை விரட்டிக் காத்தாலும், கடைசியாக அது கோல்கீப்பரை நெருங்கும்போது, இவர்களுடைய பாச்சாவெல்லாம் பலிக்காது, அவர் தடுத்தால் எதிரணிக்கு கோல் இல்லை, தடுக்காவிட்டால் எதிரணி இவர்களை விஞ்சிச்சென்றுவிடும்.

ஒரு ஹாக்கி போட்டி ஒருமணிநேரம் நடைபெறுகிறது என்றால், அதில் 59 நிமிடங்கள் கோல்கீப்பர்களை யாரும் கண்டுகொள்ளப்போவதில்லை, மீதமிருக்கிற 1 நிமிடம்தான், அதாவது பந்து கோல்கீப்பரை நோக்கி அடிக்கப்படுகிற அந்தத் தருணம்தான் போட்டியின் வெற்றி, தோல்வியைத் தீர்மானிக்கிறது.

இன்னொரு கோணம், ஒரு ஹாக்கி அணியின் வீரர்களில் யாராவது சொதப்பினால், அது தாற்காலிகப் பிரச்னைதான், இன்னொருவர் சட்டென்று முன்னே வந்து அவர் செய்த தவற்றைச் சரிசெய்து அணியை வலுவான நிலைக்குக் கொண்டுவந்துவிடலாம். இவையெல்லாம் பென்சிலில் எழுதுவதுபோல, பிழையானால் அழித்துவிட்டு வேறு எழுதலாம், பிரச்னையே இல்லை.

கோல்கீப்பரின் கதை அப்படியல்ல, அவர் சொதப்பினால் அது பேனாவில் எழுதியதைப்போல, நிரந்தரமாகப் பதிவாகிவிடும், எதிரணிக்கு ஒரு கோல் கிடைத்துவிடும்.

இதனால், ஒவ்வோர் அணியிலும் கோல்கீப்பருக்கு மிகுந்த மரியாதை வழங்கப்படும், அவர்கள் நன்கு பயிற்சி எடுத்து உடம்பைச் சிக்கென்று வைத்திருப்பார்கள், எப்பேர்ப்பட்ட சூழலையும் சமாளிக்கவல்லவர்களாக இருப்பார்கள்.

அதேசமயம், ஒரு கோல்கீப்பரின் பார்வையிலிருந்து பார்த்தால், ஆட்டம் செம போரடிக்கும்.

யோசித்துப்பாருங்கள்: உங்களுக்கு எதிரே பெரிய மைதானம் விரிந்திருக்கிறது, அங்கே பந்து அங்குமிங்கும் ஓடுகிறது, யாரோ அடிக்கிறார்கள், யாரோ தடுக்கிறார்கள்.

உங்களைப் பொறுத்தவரை, அந்தப் பந்து உங்களைவிட்டு விலகிச்செல்லவேண்டும், எதிரணியின் கோல் கம்பத்துக்குள் நுழையவேண்டும், அப்போதுதான் உங்கள் அணி வெல்ல இயலும்.

ஆனால், ஒருவேளை பந்து உங்களைநோக்கி வருகிறது என்றால், உங்கள் அணி வீரர்களும் சரி, மக்களும் சரி, உங்களைக் கூர்ந்து கவனிக்கத்தொடங்குவார்கள், அத்தனை பேரின் எதிர்பார்ப்புகளையும் நீங்கள் ஈடுகட்டவேண்டும்.

ஒருவேளை பந்தைத் தடுத்துவிட்டால், பிரச்னையில்லை. விட்டுவிட்டால்?

அவ்வளவுதான். 'இவ்ளோ நேரமா நீங்க எத்தனைவாட்டி சொதப்பினீங்க, நானும் ஒருவாட்டி சொதப்பிக்கறேனே' என்று கேட்கமுடியாது. பேனாவில் எழுதிய பிழை. ஒரு கோல் போச்சு, அதைச் சரிசெய்வதற்கு, அணியிலிருக்கும் மற்ற வீரர்கள் எல்லாரும் பலமணிநேரம் போராடவேண்டியிருக்கும்.

கோல்கீப்பர்போன்ற திறமைசாலிகளை, கார்ப்பரேட்மொழியில் *Specialized Experts* என்பார்கள். அதாவது, ஒரு நிறுவனத்தில் இருக்கும் மற்ற திறமைசாலிகளையெல்லாம்விட

வித்தியாசமானவர், சிறப்புத்திறன் கொண்டவர் என்று பொருள்.

ஹாக்கி போட்டிகளைப்போல் நிறுவனங்கள் இவர்களைக் கடைசித் தற்காப்பாகப் பயன்படுத்தாது. அதாவது, அந்த நிலைமை வரும்வரை காத்திருக்கமாட்டார்கள். பல நேரங்களில் இவர்களையே துருப்புச்சீட்டாகப் பயன்படுத்தி வெல்லுவார்கள்.

உதாரணமாக, ஒரு கட்டுமான நிறுவனம், அதில் பல நூறு பொறியாளர்கள், வடிவமைப்பாளர்கள் இருக்கிறார்கள், அவர்களில் ஒருவர், பாலங்களைக் கட்டுவதில் சிறப்புத்திறன் வாய்ந்தவர்.

அப்படியானால், எங்கெல்லாம் பாலங்களைக் கட்டும் வாய்ப்பு இருக்கிறதோ அங்கெல்லாம் அந்த நிறுவனம் அவரை அழைத்துச்செல்லும், இதற்குமுன் அவர் கட்டிய பாலங்களைப்பற்றிப் பேசச்சொல்லும், இவரை முன்னிறுத்தி, தன்னுடைய நிறுவனத்தில் எல்லாருமே பாலம் கட்டுவதில் நிபுணர்கள்போல் காட்டிக்கொள்ளும்.

இது ஏமாற்று வேலை அல்ல, ‘பாலம் கட்டத்தெரிந்த நிபுணர்கள் எங்களிடம் உண்டு’ என்று நிரூபிக்கிறார்கள், அவ்வளவுதான், நாளைக்கே அந்தப் பாலம் கட்டும் வாய்ப்பு கிடைத்தபிறகு, அந்த நிபுணருடைய திறமையைப் பயன்படுத்தி இன்னும் இருபது பேருக்குப் பயிற்சி தந்து பாலத்தை அற்புதமாகக் கட்டிமுடிப்பார்கள்.

ஆக, செயல்திறன் வாய்ந்த ஒரு நிபுணர், அந்த நிபுணத்துவம் தேவைப்படும் பணிகளில்மட்டும்தான் உதவ இயலும், ஆனால், அப்படி உதவும்போது, எல்லாக் கண்களும் அவர்மீதுதான் இருக்கும்: பந்தை எதிர்கொள்ளும் கோல்கீப்பரைப்போல. அவருக்குத் தோற்பதற்கான வாய்ப்பே கிடையாது!

கோல்கீப்பர் தன்னிடம் பந்து வரும்வரை எதுவும் செய்யமுடியாது, அதற்காகச் சும்மா இருக்கவும்முடியாது. அவர் இதற்குமுன் தன்னிடம் பந்து வந்த சூழ்நிலைகளை மனத்துக்குள் ஓட்டிப்பார்த்துக்கொள்வாரோ, அப்போது செய்த தவறுகளை எண்ணிப்பார்ப்பாரோ, அந்தத் தவறுகளை மறுபடி

செய்யாமலிருக்க என்ன வழி என்று யோசிப்பாரோ...

அவர் என்னதான் யோசித்தாலும் சரி, அடுத்தமுறை பந்து அவரிடம் வரும்போது, அந்தச் சூழ்நிலை வித்தியாசமாகத்தான் இருக்கும். அடிக்கிற/உதைக்கிற வீரர் வேறு, அவரிடம் பந்து வருகிற தன்மைவேறு, அது செலுத்தப்படுகிற கோணம் வேறு, செலுத்துகிற பாணி வேறு, கோல்கீப்பர் நின்றுகொண்டிருக்கும் நிலை வேறு, ஆட்டத்தின் தீவிரத்தன்மை வேறு... இத்தனையையும் கருத்தில்கொண்டு அவர் சரியாகச் சாய்ந்து, சரியாகப் பாய்ந்து பந்தைத் தடுக்கவேண்டும்.

போதாக்குறைக்கு, இந்த ரசிகர்கள் ஆவேசமாகச் சத்தம்போட்டுக் கத்துகிறார்கள், இந்த இரைச்சலுக்கு நடுவே மூளையைப் பயன்படுத்தவா முடியும்.

ஆனால், அவர் செய்தாகவேண்டும். அதுதான் நிபுணத்துவம். எல்லாத் தொந்தரவுகளையும் அணைத்துவிட்டுப் பந்தைமட்டும் கவனிக்கவேண்டும். இந்தப் போட்டியின் முடிவு அந்தப் பந்தில் இருக்கிறது என்று உணரவேண்டும், தன் அணியின் எதிர்காலம், அதில் உள்ள ஒவ்வொரு வீரரின் எதிர்காலம், ஏன், தன்னுடைய சொந்த எதிர்காலமே தன்னுடைய அடுத்த நடவடிக்கையில்தான் இருக்கிறது என்பதை உணரவேண்டும். அதற்கேற்பச் செயல்படவேண்டும்.

ஆகவே, கோல்கீப்பர் என்பவர் வெறுமனே காக்கிறவர் அல்ல, தாக்குகிறவரும்கூட. அணியில் இருக்கும் மற்ற எல்லாரையும்விட, எதிரணியை அவர் தாக்கினால்தான் அது மிக வலிமையாக இருக்கும், அதிகம் வலிக்கும்.

இங்கே தாக்குதல் என்றால் இழுத்துப்போட்டு அடிப்பது அல்ல. அவர்கள் திட்டமிட்டுச் செலுத்துகிற பந்தைத் தடுத்து நிறுத்துவதே பெரிய தாக்குதல்தான். கைக்கெட்டும் தூரத்தில் கோல் என்று பரவசத்துடன் ஓடிவருகிறவர்களைத் தடுத்து நிறுத்தி, 'ஒதுங்கிப்போங்க தம்பிகளா' என்று சொல்லும்போது, அவர்களுடைய வேகம் முறிந்துபோகும், தன்னம்பிக்கை குறைந்துபோகும், இதைக் கோல்கீப்பர்தான் சாதிக்கிறார்.

மாறாக, ஒருவேளை அவர் பந்தைத் தடுக்காவிட்டால், அவரது சொந்த அணியினர் மனம்நொந்துபோகிறார்கள். தங்களுடைய கடைசித் தற்காப்பு தங்களைக் கைவிட்டுவிட்டதே என்று எண்ணுகிறார்கள்.

அப்போதும், கோல்கீப்பர்தான் முதலில் துள்ளியெழவேண்டும். ‘ஒரு கோல்தானே போச்சு, பார்த்துக்கலாம்’ என்று அவர்களுக்கு ஊக்கம்தரவேண்டும், தொடர்ந்து விளையாடத் தூண்டவேண்டும்.

எல்லாத்துறைகளிலும் நிபுணர்களுக்கு அழகு அதுதான்: தாங்கள் கற்றுக்கொண்ட விஷயங்களைப்பயன்படுத்தி மிகச்சிறந்த ஒரு படைப்பைத் தருதல், ஒருவேளை அதில் பிரச்னைகள் வந்தால், தங்களால் அதைச் சரிசெய்ய இயலும், முன்பைவிடச் சிறந்த இன்னொரு படைப்பை உருவாக்க இயலும் என்று நம்பிக்கையோடு இருத்தல், பிறருக்கும் அந்த நம்பிக்கையைச் சொல்லித்தந்து முன்னே கொண்டுசெல்லுதல்.

எல்லாரும் கோல்கீப்பராகிவிடமுடியாது, அப்படியிருந்தால், போட்டியே கிடையாது.

ஆனால் அதேசமயம், அணியில் உள்ள வீரர்கள் எல்லாருமே எதிரணி கோல் அடிக்காமல் தடுக்கிற நோக்கத்துடன்தான் விளையாடுகிறார்கள் என்பதால், அனைவரும் கோல்கீப்பர்கள்தான், ‘எல்லாம் கடைசியில அவர் பார்த்துக்குவார்’ என்று விட்டுவிடமுடியாது. பந்து அவரிடம் செல்லாதபடி தங்களால் இயன்றவரை போராடவேண்டும்.

அதுபோல, ஒரு நிறுவனத்தில் எல்லாரும் ‘விசேஷ’ நிபுணர்களாகிவிடமுடியாது, மற்றவர்கள் எல்லாப் பொறுப்புகளையும் அவர்கள் தலையில் போட்டுவிட்டுச் சும்மா இருக்க இயலாது. நிறுவனத்தை முன்னே கொண்டுசெல்கிற பொறுப்பு எல்லாருக்கும் உண்டு, அதில் ஒவ்வொருவரும் நிபுணராகச் செயல்பட்டால், ‘விசேஷ’ நிபுணர்களின் பங்களிப்பு மேலும் சிறப்பாக அமையும், அந்நிறுவனம் நன்கு வளரும்!

12ம் சுற்று

ஹாப்மென்கப் என்கிற டென்னிஸ் போட்டி. அதில் ஜாக் சாக், லெய்டன் ஹெவிட் என்ற இருவர் மோதிக்கொண்டிருந்தார்கள்.

போட்டியினிடையே லெய்டன் ஒரு பந்தை அடித்தார், அந்தப் பந்து டென்னிஸ் களத்தின் எல்லைக்கோட்டுக்கு வெளியே சென்றுவிட்டதாக அறிவித்தார் நடுவர்.

அதாவது, லெய்டன் தவறுசெய்துவிட்டதாக நடுவர் சொல்கிறார். இதனால் ஜாக்குக்குதான் லாபம்.

ஆனால் உண்மையில், அந்தப் பந்து எல்லைக்கோட்டுக்கு வெளியே செல்லவில்லை, உள்ளேதான் விழுந்திருந்தது.

அதாவது, லெய்டன் தவறுசெய்யவில்லை, நடுவர்தான் அதைத் தவறாகக் கணித்துவிட்டார்.

இதை லெய்டனே கவனிக்கவில்லை. ஆனால் ஜாக் கவனித்து விட்டார்.

அவர் நினைத்தால், இந்த விஷயத்தைத் தனக்குள் வைத்துக் கொண்டிருந்திருக்கலாம், நடுவர் செய்த தவறால் தனக்கு ஒரு புள்ளி லாபம் என்று சும்மா இருந்திருக்கலாம்.

ஆனால், ஜாக் அப்படி இருந்துவிடவில்லை. லெய்டனை அழைத்து, 'அந்தப் பந்து எல்லைக்கோட்டுக்குள்தான் விழுந்தது, நான் பார்த்தேன்' என்றார், 'நடுவரிடம் பேசுங்கள், தன்னுடைய தீர்மானத்தை மறுபரிசீலனை செய்யச்சொல்லுங்கள்!'

லெய்டன் திகைத்துப்போனார். நடுவர் அப்படித் தவறு செய்வாரா என்கிற குழப்பம் ஒருபக்கம், இதை ஏன் ஜாக் தன்னிடம் சொல்கிறார் என்கிற ஆச்சர்யம் ஒருபக்கம்.

ஒருவேளை உண்மையிலேயே நடுவர் தவறுசெய்திருந்தால், அதைச் சொல்வதன்மூலம் ஜாக்குக்கு ஒரு புள்ளி இழப்புதானே. இதை எண்ணி லெய்டன் தயங்கினார்.

ஜாக் மறுபடி சொன்னார், 'தயங்கவேண்டாம், தாராளமாக நடுவரைக் கேளுங்கள், உங்கள் பந்து எல்லைக்கோட்டுக்குள்தான் விழுந்தது, நான் நன்றாகப் பார்த்தேன்!'

இப்போது, லெய்டனுக்கு வேறு வழி தெரியவில்லை, நடுவரை அணுகினார். 'நான் அடித்த பந்தை வீடியோவில் திரும்பப்பார்க்க இயலுமா? உண்மையிலேயே அது எல்லைக்கோட்டுக்கு வெளியேதான் விழுந்ததா?' என்று கேட்டார்.

ஜாக் சொன்னதை நடுவரும் கவனித்திருப்பார். ஆகவே, அவர் வீடியோவை இயக்கிப்பார்த்தார், நிஜமாகவே பந்து எல்லைக்கோட்டுக்குள்தான் விழுந்திருந்தது. தன்னுடைய தீர்மானத்தை மாற்றிக்கொண்டு, லெய்டனுக்கு ஒரு புள்ளி வழங்கினார்.

ஒரு பரபரப்பான டென்னிஸ் போட்டிக்கு நடுவே சிலநிமிடங்கள் நடைபெற்ற இந்த நிகழ்வு, இன்றைக்குப் பலரும் பரவசத்தோடு குறிப்பிடுகிற நிகழ்வாகிவிட்டது. காரணம், அதில் சம்பந்தப்பட்ட மூவரும் நடந்துகொண்ட விதம்!

'பொதுவாக என்மனசு தங்கம், போட்டியின்னு வந்துவிட்டா சிங்கம்' என்று பஞ்சுஅருணாசலம் ஒரு நாயகரை விவரிப்பார், 'வம்புச்சண்டைக்குப் போகமாட்டான், வந்தசண்டையை

விடமாட்டான்' என்று நம் ஊரில் பொதுவாகச்சொல்வார்கள்.

இவை எல்லாமே, போட்டி என்று வந்துவிட்டால் அதில் கலந்துகொள்கிறவர்கள் தங்களது முழுத்திறமையைக்காட்டி மோதவேண்டும் என்பதைத்தான் சொல்கின்றன, ஏமாற்றி வெல்லவேண்டும் என்பதையல்ல.

ஜாக் எந்தத் தவறும் செய்யாதபோது, அவருக்கு இலவசமாக ஒரு புள்ளி கிடைத்தது, அதை அவர் மறுத்திருக்காவிட்டால் யாரும் அவரைக் குறைசொல்ல இயலாது, ஒருவேளை இந்த விஷயம் பின்னால் தெரியவந்தாலும், மக்கள் அவரைத் தவறாக நினைக்கமாட்டார்கள். ஆனானப்பட்ட நடுவரே பந்துவிழுந்த இடத்தைச் சரியாகக் கவனிக்காதபோது, ஜாக்கும் கவனிக்காமலிருந்திருக்கலாமே!

ஆனால், ஒரு போட்டியிலே மோதுகிற வீரருக்கு, எதிராளியின் ஒவ்வோர் அசைவும் முக்கியம், அவர் தவறுசெய்தாலும் கவனிக்கவேண்டும், சரியாகச்செய்தாலும் கவனிக்கவேண்டும், அதன் அடிப்படையில்தான் தங்களுடைய வியூகத்தை அமைக்கவேண்டும்.

ஆகவே, லெய்டன் அடித்த பந்து எங்கே விழுந்தது என்பதைக் கவனிக்கவேண்டியது நடுவரின் கடமை, ஆனால் ஜாக்குக்கோ அது ஒன்றுதான் லட்சியமே. பந்துவிழுகிற இடத்தைக் கவனித்து, அது மேலெழுகிற வேகத்தைக் கவனித்து, எந்த நேரத்தில் அது எங்கே இருக்கும் என்பதை ஊகித்து, அங்கே சென்று மட்டையால் அடித்து அதைத் திருப்புவதுதான் அவருடைய ஒரே வேலை.

இதன்மூலம், அவர் எதிராளியின் சவாலை அவருக்கே திருப்பி அனுப்புகிறார். இப்போது, அந்த எதிராளி இதையே செய்யவேண்டும். அப்போதுதான் ஆட்டம் சுவாரஸ்யமாகும்.

இதனால், லெய்டன் அடித்த பந்து எல்லைக்கோட்டுக்குள்தான் விழுந்தது என்பதை ஜாக் நிச்சயம் கவனித்திருப்பார். ஆனால் அதைச் சொல்லவேண்டிய கட்டாயம் அவருக்கு இல்லை. ஒரு

புள்ளியைப் பாக்கெட்டில் போட்டுக்கொண்டு சென்றிருக்கலாம்.

ஆனால், ஒருவேளை அவர் அப்படிச்செய்திருந்தால், அந்தப் போட்டியில் வென்றபிறகு, அது அவருக்கு ஓர் உறுத்தலாகவே இருந்திருக்கும், 'என்னதான் சிறப்பாக விளையாடினாலும், அந்த ஒரு புள்ளி ஓசியில் வந்ததுதானே!'

ரெண்டுமணிநேர டென்னிஸ் போட்டியில் ஒரு புள்ளி ஓசியில் வந்தால் என்ன? அதனால் அவருடைய வெற்றி குறைபட்டுவிடுமா?

ஆமாம்! தானே வென்றோம் என்கிற பெருமிதத்தில் அந்த ஒரு புள்ளி ஓட்டை போட்டுவிடும். அது ஒரு மிகப்பெரிய பிழையாக, வருத்தமாக, ஏக்கமாகத் தோன்றும், முழுமையற்ற உணர்வைத்தரும்.

குழந்தைகளைப் பாருங்கள், அவர்கள் கஷ்டப்பட்டு ஓர் ஓவியம் வரைந்திருப்பார்கள், அதில் ஏதேனும் ஒரு சிரமமான கோட்டை அம்மாவோ, அக்காவோ வரைந்துகொடுத்திருப்பார்கள். அதன்பிறகு, யாராவது அந்த ஓவியத்தைச் சுட்டிக்காட்டி அவர்களைப் பாராட்டினால், 'இந்தக் கோடுமட்டும் அம்மா வரைஞ்சாங்க' என்று அவர்களே உண்மையைச் சொல்லிவிடுவார்கள்.

இம்மியளவென்றாலும், யாரோ செய்த செயலுக்காகப் பாராட்டைப்பெறுவது அவர்களை உறுத்துகிறது. நாம்தான் அதைக் 'குழந்தைத்தனம்' என்கிறோம்.

அதனால்தான், ஜாக் போட்டிமனப்பான்மையில் இருந்தபோதும், எதிராளிக்குச் சேரவேண்டிய இந்தப் புள்ளியை ஏற்றுக்கொள்ள விரும்பவில்லை. உடனே அதைச் சொல்லிவிட்டார்.

இன்னொரு காரணம், இதனை ஆங்கிலத்தில் *Sportsmanship* என்பார்கள். அதாவது, விளையாட்டை விளையாட்டாக விரும்பி ஆடுதல், ஏமாற்றாமல் நேர்மையாக நடந்துகொள்ளுதல், எதிராளியை மதித்தல், அவரைச் சகமனிதராகக் கருதுதல்,

இத்தனையையும் செய்தபடி, போட்டிமனப்பான்மையோடும் இருத்தல்.

நூறு மீட்டர் ஓட்டத்தில் எல்லாரும் ஓடிக்கொண்டிருக்கும்போது, ஒருவர் தடுமாறி விழுந்துவிடுகிறார், அதைக் கவனிக்காமல் மற்றவர்கள் ஓடுகிறார்கள் என்றால், அது வெறும் போட்டி மனப்பான்மை, யாருக்கு என்ன ஆனால் என்ன, என் வெற்றிதான் முக்கியம் என்கிற மனோநிலை.

அதற்காக, நின்று, திரும்பி அவருக்கு உதவிக்கொண்டிருந்தால், இன்னொருவர் வென்றுவிடுவாரே!

ஆமாம், அதனால்தான், போட்டியில் பங்கேற்கிற எல்லாருக்கும் *Sportsmanship* இருக்கவேண்டும் என்கிறார்கள். அதாவது, ஒருவர் நின்றால் போதாது, எல்லாரும் நிற்கவேண்டும், அவருக்கு என்ன பிரச்னை என்று கவனித்துச் சரிசெய்துவிட்டுப் போட்டி தொடரவேண்டும், அவர் விழுந்ததையும் அதற்காகப் பிறர் நின்றதையும் பயன்படுத்திக்கொண்டு ஒருவர்மட்டும் தொடர்ந்து ஓடி வெல்லக்கூடாது.

இதெல்லாம் எதார்த்தத்தில் சரிப்படுமா? யாராவது விழுந்தால் அது அவருடைய தவறு, அவரைத் தூக்கிவிட மற்றவர்கள் இருக்கிறார்கள், சிகிச்சை தர மருத்துவர்கள் இருக்கிறார்கள், போட்டியில் கலந்துகொள்கிற மற்றவர்கள் ஏன் நிற்கவேண்டும்?

இப்படி எண்ணும்போதே, வெற்றி என்பது விளையாட்டைவிட முக்கியமாகிவிடுகிறது, அதாவது, விளையாட்டு எல்லாருக்கும் சமமாக, எல்லாருக்கும் நேர்மையாக நடக்கிறதா என்பதைப்பற்றி அக்கறைப்படாமல், யார் வென்றார்கள் என்பதைமட்டும் கவனிக்கத் தொடங்கிவிடுகிறோம், அதன்பிறகு நாம் விளையாட்டை அதிலிருக்கும் மகிழ்ச்சிக்காகமட்டும் விளையாட மாட்டோம், அதன்மூலம் கிடைக்கும் பலன்கள்தான் பெரிதாகத் தெரியும்.

இதன் அடுத்த நிலை, தன்னை விஞ்சி ஓடிக் கொண்டிருக்கிறவருடைய காலை வாரிவிடுவது, அதன் மூலம் தான் வெல்வது.

ஆட்டவிதிமுறைகளின்படி இது தவறுதான். ஆனால், அப்படிச்செய்கிறவர்கள் இருக்கிறார்கள், விரும்பிச் செய்யமாட்டார்கள், ஆட்டவேகத்தில் அது தானாக வந்துவிடும்.

இதற்கும், *Sportsmanship* இல்லாததுதான் காரணம், வெற்றி என்பது விளையாட்டைவிட முக்கியமாகிவிடுவதால், தவறு செய்கிறார்கள்.

அதுபோன்ற நேரங்களில், நடுவர்கள் *Penalty* எனப்படும் தண்டனையை அவர்களுக்கு வழங்குவார்கள், அதாவது, அவர்கள் செய்த தவறுக்காக, எதிராளிக்கு ஒரு கூடுதல் வாய்ப்பு தரப்படும்.

உதாரணமாக, கால்பந்தில் பெனால்டி என்றால், எதிரணி கோல் அடிக்க ஒரு வாய்ப்பு கிடைக்கும், கிரிக்கெட்டில் பந்தை எல்லைகடந்து வீசினால் எதிரணிக்கு ஒரு ரன்னும், ஒரு கூடுதல் பந்தும், அதை இஷ்டப்படி எங்கேவேண்டுமானாலும் அடிக்கிற வாய்ப்பும் தரப்படும்.

ஆனால், இவையெல்லாம் யாரோ ஒரு நடுவர் வந்து வலியுறுத்துகிற தண்டனைகள். இவற்றின்மூலம் விளையாட்டை விளையாட்டாகப் பார்க்கிற, அதில் நியாயம் வேண்டும், எல்லாரையும் மதிக்கவேண்டும் என்கிற எண்ணம் வந்துவிடாது, அது அவரவர்க்குள்ளிருந்து வரவேண்டும்.

தொழில்துறையிலும் இதனை *Business Ethics* என்பார்கள். தன்னுடைய போட்டிநிறுவனத்தை அழித்து, அவர்களைத் தவறுசெய்யத்தூண்டி ஒரு நிறுவனம் முன்னே வரக்கூடாது, அதைத் தடுப்பதற்கு, எல்லாருக்கும் சமவாய்ப்புகளை வழங்குவதற்கு அரசாங்கம் பல சட்டங்களை வரையறுத்திருக்கிறது.

ஆனால், இந்தச் சட்டங்களெல்லாம் *Penalty*போலதான், தவறுசெய்து சம்பாதிக்கக்கூடாது, எதிராளியின் சரிவால் நாம் வளரக்கூடாது, போட்டி நியாயமானதாக இருக்கவேண்டும் என்கிற உணர்வு ஒவ்வொருவருக்குள்ளும் இருக்கவேண்டும், அப்போதுதான் இந்த உலகமே சரியாக இயங்கும்.

இதற்கு, நம் பிள்ளைகளுக்குக் குழந்தைப்பருவத்திலிருந்தே போட்டிமனப்பான்மையைமட்டும் சொல்லித்தந்தால் போதாது, போட்டியென்பது நியாயமாக இருக்கவேண்டும் என்கிற எண்ணத்தையும் வளர்க்கவேண்டும், ‘அவன் விழுந்துட்டான், இதுதான் நல்ல சான்ஸ், நீ ஓடி ஜெயிச்சுடு’ என்று வெற்றியைமட்டும் கொண்டாடுகிறவர்கள், தங்கள் குழந்தைக்குக் கெடுதலே செய்கிறார்கள்.

‘எல்லாரும் தப்புசெய்யறாங்க, நாமும் செய்வோம்’ என்று தங்களுக்குத்தாங்களே சப்பைக்கட்டு சொல்லிக் கொள்கிறவர்கள்தான் அந்த ’எல்லாரும்’. அவர்களால்தான் தவறுகள் அதிகரிக்கின்றன, அவர்களால்தான் நியாயமான போட்டிகள் குறைகின்றன, அவர்களால்தான் பிறரும் தவறுசெய்யத் தொடங்குகிறார்கள், மொத்தச் சூழலும் கெட்டுப்போகிறது.

ஆகவே, எதிலும் கடுமையான போட்டியை ஊக்குவிக்கலாம், நியாயமற்ற போட்டியை அல்ல!

13ம் சுற்று

டென்னிஸுக்கும் கால்பந்துக்கும் என்ன வித்தியாசம்?

கால்பந்து என்பது குழு ஆட்டம். பலர் சேர்ந்து பலருடன் விளையாடுவது. டென்னிஸ் என்பது இரு தனிநபர்களின் மோதல்.

உண்மைதான். ஆனால் டென்னிஸிலும் குழு ஆட்டம் உண்டே. இரண்டு ஆண்கள், இரண்டு பெண்கள் அல்லது ஓர் ஆண் ஒரு பெண் சேர்ந்து குழுவாக ஆடலாமே. நம்ம ஊர் லியாண்டர் பியாஸ், மகேஷ் பூபதி, சானியா மிர்ஸாவெல்லாம் ஒற்றையர் ஆட்டத்தில் சிறந்துவிளங்காவிட்டாலும், இரட்டையர் ஆட்டங்களில் பல கோப்பைகளை வென்று தூள் கிளப்பியிருக்கிறார்களே!

ஆக, தனிநபர் ஆட்டம், குழு ஆட்டம் என்கிற வித்தியாசத்தை விட்டுவிடுவோம். மற்றபடி இந்த இரண்டுக்கும் இடையே வேறு என்ன வித்தியாசம்?

டென்னிஸ் ஆட்டங்கள் எவ்வளவு நேரம் வேண்டுமானாலும் நடைபெறலாம். விளையாடுகிறவர்களில் ஒருவர் ரொம்பத்

திறமைசாலியாக இருந்து, இன்னொருவர் மொக்கையாக விளையாடினால் மிகவிரைவில் ஆட்டம் முடிந்துவிடும். அதேசமயம் விளையாடுகிற இருவரும் மகாதிறமைசாலிகளாக மோதினால், ஆட்டம் பலமணிநேரங்களுக்குச் செல்லக்கூடும்.

பிரபலமான டென்னிஸ் கோப்பைகளின் இறுதியாட்டங்கள் இவ்வாறு நடைபெறுவதைப் பார்க்கிறோம். மோதுகிற இருவரும் சளைக்காமல் ஒருவரையொருவர் விஞ்சிக்கொண்டிருப்பார்கள், இவர் ஒரு புள்ளி எடுத்தால் அவரும் ஒரு புள்ளி எடுப்பார், இவர் ஒரு செட் வென்றால் அவரும் ஒரு செட் வெல்வார், இருவரில் யார் வெல்வார்கள் என்பது மர்மப்படத்தின் க்ளைமாக்ஸ்போல் ரகசியமாகவே இருக்கும்.

அட, மர்மப்படமாவது மூன்றுமணிநேரத்தில் முடிந்துவிடும். இதுபோன்ற டென்னிஸ் போட்டிகள் எப்போது முடியும் என்று யாருக்கும் தெரியாது. அவர்களில் ஒருவர் களைத்துப்போய்த் தவறு செய்யும்வரை போட்டி தொடரும்.

ஆனால், கால்பந்துப்போட்டிகளில் இந்தப் பிரச்னையே இல்லை. இவ்வளவுநேரம் போட்டி என்றால் அவ்வளவுநேரம்தான் போட்டி. அந்த நேரத்தின் நிறைவில் எந்த அணி அதிக கோல் போட்டிருக்கிறதோ அவர்கள் வெற்றிபெற்றதாக அறிவிக்கப்பட்டுவிடும்.

ஒருவேளை இரு அணிகளும் சமமான கோல் போட்டிருந்தால்?

அப்போது, ஆட்டம் ட்ரா, இருதரப்பினருக்கும் வெற்றி, தோல்வி இல்லை என அறிவிக்கப்பட்டுவிடும். அவ்வளவுதான்.

ஒருவேளை, அந்தப் போட்டி ஒரு கோப்பையைத் தீர்மானிக்கிற முக்கியப்போட்டியாக இருந்தால், இரு அணிகளுக்கும் சிறிதுநேரம் கூடுதலாகத் தருவார்கள். அதற்குள் அவர்களில் யாராவது ஒருவர் வென்றாகவேண்டும்.

ஆக, டென்னிஸ்போட்டி எவ்வளவுநேரம் நடக்கும் என்று யாருக்கும் தெரியாது. ஆனால், கால்பந்துப்போட்டி இவ்வளவு

நேரம்தான் நடக்கும் என்று ஓரளவு துல்லியமாகவே சொல்லிவிடலாம். இதுவொரு மிக முக்கியமான வித்தியாசம்.

இப்போது நீங்கள் ஒரு டென்னிஸ் போட்டிக்குச் செல்கிறீர்கள். அதன்பிறகு, சினிமாவுக்குச் செல்லத் திட்டமிட்டிருக்கிறீர்கள்.

உங்கள் அதிர்ஷ்டம், அந்தப் போட்டி மிகப்பிரமாதமாக அமைந்துவிடுகிறது. இரு வீரர்களும் ஒருவரையொருவர் விட்டுக்கொடுக்காமல் மோதுகிறார்கள். *0:0* என்று தொடங்கிய ஸ்கோர் *1:1, 2:2, 3:3, 4:4, 5:5, 6:6* என்று தொடர்ந்து சமநிலையிலேயே உள்ளது, டைப்ரேக்கர் எனப்படும் வெற்றி, தோல்வியைத் தீர்மானிக்கும் சுற்றும் சமநிலையிலேயே செல்கிறது.

ஒருவழியாக, அவர்களில் ஒருவர் வெல்கிறார். அடுத்த செட்டும் இதேபோல் கடும்போட்டி, அதே டைப்ரேக்கர், ஆனால் இன்னொருவர் வெல்கிறார்.

ஆக, இரு வீரர்களும் *1:1* என்ற நிலையில் சமமாக உள்ளார்கள். அடுத்தடுத்த செட்களும் இவ்வாறு விறுவிறுப்பாகச் செல்கின்றன.

ஒரு நல்ல விளையாட்டு ரசிகர் இதை எண்ணி வருந்தமாட்டார், மகிழ்வார், அரைமணிநேரத்தில் போட்டி முடிந்தால் யாருக்கு மகிழ்ச்சி? பலமணிநேரம் மோதினால்தானே ஆனந்தம்!

ஆனால், அதனால் உங்களுடைய திரைப்படத் திட்டம் என்னவாகும்?

இதுவே ஒரு கால்பந்துப்போட்டியாக இருந்திருந்தால், பிரச்னையே இல்லை. சொன்ன நேரத்தில் ஆட்டத்தை முடித்துவிடுவார்கள். மிஞ்சிப்போனால் சிறிதுநேரம் நீளும், அதன்பிறகு நீங்கள் திட்டமிட்டபடி சினிமாவுக்குச் செல்லலாம்.

ஆட்டம் முக்கியமா, சினிமா முக்கியமா என்று யோசிக்கவேண்டாம். இப்போது விஷயம் அதுவல்ல, கால்பந்து ஆட்டங்கள் சொன்னநேரத்தில் முடிவடைவதால், அவற்றை

நம்பி வேறு விஷயங்களைத் திட்டமிடலாம், அந்தச் சவுகர்யம் டென்னிஸ் ஆட்டங்களில் இல்லை.

காரணம், டென்னிஸில் வெற்றியானது ஸ்கோர், அதாவது, மதிப்பெண் அடிப்படையிலானது. அதோடு சில கூடுதல் விதிமுறைகளும் அங்கே உண்டு: ஒரு வீரர் குறைந்தபட்சம் 5 புள்ளிகளை எடுக்கவேண்டும், அடுத்த வீரர் அவரைவிடக் குறைந்தபட்சம் 2 புள்ளிகள் கூடுதலாக எடுக்கவேண்டும், இல்லாவிட்டால் டைப்ரேக்கர் விளையாடி வெல்லவேண்டும்... இப்படி.

கால்பந்திலும் ஸ்கோர் உண்டு. ஆனால், அங்கே ஆட்டம் எப்போது முடிகிறது என்பது கோல் எண்ணிக்கையை வைத்தோ, இரு அணிகளுக்கிடையிலான வித்தியாசத்தை வைத்தோ தீர்மானிக்கப்படுவதில்லை. நேரத்துக்கு மரியாதை, சொன்ன நேரத்தில் இருவரும் என்ன ஸ்கோர் என்பதைத்தான் அவர்கள் பார்ப்பார்கள்.

இதனால் கால்பந்து உசத்தி, டென்னிஸ் மட்டம் என்று அர்த்தமில்லை. இரண்டையும் ரசிகர்கள் ஆனந்தத்தோடு பார்க்கிறார்கள். அவற்றினிடையே உள்ள அணுகுமுறை வித்தியாசங்களை நாம் புரிந்துகொண்டால் போதும்.

எந்தவொரு வேலையையும் நாம் ஏற்றுக்கொள்ளும்போது, அதில் இரு அம்சங்களைப் பார்க்கவேண்டும்:

★ அந்தப் பணியை எப்படி நிறைவுசெய்யவேண்டும், அதாவது, எதைச்செய்தால் அந்தப் பணி முழுமையடையும்: *Completion Criteria*

★ அந்தப் பணியை எப்போது நிறைவுசெய்யவேண்டும்: *Timeline*

இந்த இரண்டும் எல்லாப் பணிகளிலும் உண்டு. சிலவற்றில் இவை இரண்டும் நேரடியாகத் தெரியும், சிலவற்றில் மறைமுகமாகத் தெரியும்.

உதாரணமாக, 'தாகமா இருக்கு, கடைக்குப்போய் ஒரு தண்ணீர் பாட்டில் வாங்கிட்டு வா' என்று ஒருவர் சொன்னால்:

★ *Completion Criteria:* குடிக்கக்கூடிய, சுத்தமான தண்ணீர் பாட்டிலை வாங்கிவந்து அவர் கையில் தருதல்

★ *Timeline:* உடனே (தாகமாக இருக்கிறது என்று அவர் சொல்வதால்)

இங்கே அவர் *Completion Criteria, Timeline* இரண்டையும் நேரடியாகச் சொல்லவில்லை. ஆனால் நாம் புரிந்துகொள்கிறோம். அவற்றை மதிக்கிறோம், அதன்படி செயல்படுகிறோம்.

ஆனால், இந்த இரண்டில் எது முக்கியம்? அதை எப்போதாவது கேட்கிறோமா?

உதாரணமாக, ஒருவர் தண்ணீர் கேட்கிறார் என்றால், உடனே தாகம் தீர்வதுதான் முக்கியம். ஆகவே, *Timeline* என்பது *Completion Criteria*வைவிடப் பெரிது என்று ஊகிக்கிறோம். கடைக்குச் செல்லாமல் நம் மேஜையில் இருக்கும் கூஜாத் தண்ணீரை எடுத்து அவருக்குக் கொடுத்துவிட்டால் போதும், அந்தப் பணி நிறைவடைந்துவிடும்.

ஆனால், ஒருவேளை அவர் தூய தண்ணீர்மட்டுமே குடிக்கிறவராக இருந்தால்? 'கூஜாத் தண்ணியெல்லாம் குடிக்க மாட்டேன்' என்று பிடிவாதம் பிடித்தால்?

அப்போது *Completion Criteria* அதிக முக்கியத்துவம் பெற்றுவிடுகிறது. நேரமானாலும் பரவாயில்லை, நீங்கள் கடைக்குச்சென்றுதான் தண்ணீர் பாட்டில் வாங்கிவந்தாக வேண்டும்.

Completion Criteria முக்கியம் என்றால், அது டென்னிஸைப்போல, *Timeline* முக்கியம் என்றால் அது கால்பந்தைப்போல. இரண்டிலும் வெற்றி, தோல்வி உண்டு. ஆனால் அதற்கான விதிமுறைகள் மாறுபடுகின்றன.

இதனால், *Professionals* எனப்படும் துறைசார்ந்த நிபுணர்களிடம் நாம் ஏதாவது வேலையைச் செய்யச்சொன்னால், அவர்கள் இப்படிக் கேட்பார்கள், 'இது எப்போ வேணும்? எப்படி வேணும்?'

இந்தக் கேள்வியின் உண்மையான பொருள், 'நான் எப்போவில் கவனம் செலுத்தணுமா? அல்லது எப்படியில் கவனம் செலுத்தணுமா?'

இரண்டையும் செய்ய இயலாதா?

இயலும். ஆனால், அது கொஞ்சம் கஷ்டம். பொதுவாக 'எப்போ'வில் கவனம் செலுத்தினால் (அவசர வேலை), 'எப்படி' கெட்டுப்போகும் (தரம் குறையும்), 'எப்படி'யில் கவனம் செலுத்தினால் (அக்கறையான வேலை), 'எப்போ' கெட்டுப்போகும் (தாமதமாகும்), இந்த இரண்டில் எது பரவாயில்லை என்பதைக் கேட்டுத் தெரிந்துகொண்டு, அதற்கேற்பத் திட்டமிடவேண்டும்.

அதாவது, 'பசிக்குது, ஏதாவது கொடுங்க' என்று கேட்பவருக்குச் சட்டென்று உடனே இட்லி தரவேண்டும், 'விருந்து பிரமாதமா இருக்கணும்' என்று கால்மேல் கால்போட்டுக்கொண்டு உட்கார்ந்திருப்பவருக்கு அறுசுவை உணவு சமைத்து, இரண்டு மணிநேரம் கழித்துப் பரிமாறலாம்!

ப்ராஜெக்ட் மேனேஜ்மென்ட் நிபுணர்கள் மத்தியில் 'தர முக்கோணம்' என ஒன்று உண்டு. அதற்கு மூன்று பக்கங்கள் இருக்கும்: நேரம், செலவு, தரம். கீழே, 'இதில் ஏதேனும் இரண்டைமட்டும் தேர்ந்தெடுங்கள்' என்று எழுதியிருப்பார்கள். அதாவது,

★ ஒரு விஷயத்தை வேகமாகவும், குறைந்த செலவிலும் செய்யலாம், ஆனால் அது தரமாக இருக்காது.

★ அதே விஷயத்தை வேகமாகவும் தரமாகவும் செய்யலாம், ஆனால், அதற்கு நிறையச் செலவாகும்.

★ அதைச் சிக்கனமாகவும் அருமையாகவும் செய்யலாம், ஆனால், அதற்கு ரொம்ப நாளாகும்.

அவ்வாறன்றி, மூன்றுமே வேண்டும் என்று எதிர்பார்த்தால் நடக்காது. இரண்டுதான் கிடைக்கும், எந்த இரண்டு என்று நீங்கள் தீர்மானித்துக்கொள்ளவேண்டும்.

மற்றவர்கள் உங்களுக்கு ஒரு வேலையைத் தருகிறார்கள் என்றால், இந்த முக்கோணத்தை அவர்களுக்கும் விளக்கலாம். இந்த மூன்றில் எது முக்கியம் என்று அவர்களைத் தீர்மானிக்கச்சொல்லலாம், அதன் அடிப்படையில் உங்கள் பணியைத் திட்டமிடலாம்!

14ம் சுற்று

சின்னக்குழந்தைகள் விரைவாகக் கற்றுக்கொள்ளும் ஒரு விஷயம், வண்ணங்கள்.

வானத்தைக் காட்டித் தாய் கேட்பார், ‘இது என்ன நிறம் கண்ணா?’

‘நீலம்’ என்று குழந்தை பதில் சொல்லும். தாய் கைதட்டிப் பாராட்டுவார்.

அடுத்த சில வாரங்களுக்கு, தான் காண்கிற ஒவ்வொரு பொருளும் என்ன வண்ணம் என்று குழந்தை சொல்லிக்கொண்டேயிருக்கும், மெதுவாக அதற்கு அடிப்படை வண்ணங்களெல்லாம் நன்கு பழகிவிடும்.

இந்த வண்ண அறிவு, குழந்தைக்குப் பலவிதங்களில் பயன்படப்போகிறது. பள்ளிச்சீருடை வண்ணங்கள், ஒரு போட்டியில் மோதுகிற இரு அணிகளின் வீரர்களை வித்தியாசப்படுத்திக்காட்டும் வண்ணங்கள், போக்குவரத்து சிக்னல் விளக்கின் வண்ணங்கள், உணவுப்பொருள்கள் சைவமா, அசைவமா என்றுசொல்லும் வண்ணப்பொட்டுகள், வாங்குகிற

சட்டை, பேன்ட்டில் ஆரம்பித்து கார், வீடுவரை சகலத்துக்கும் வண்ணத்தேர்வு என்று வாழ்க்கை வண்ணமயமாகவே இருக்கிறது.

அப்படிப்பட்ட வண்ணத்தை வைத்து ஒரு விளையாட்டை உருவாக்கினால் எப்படியிருக்கும்?

ரூபிக்ஸ்க்யூப் என்று கேள்விப்பட்டிருப்பீர்கள். ஆறு பக்கங்களைக் கொண்ட கனசதுரம் அது. ஒவ்வொரு பக்கத்திலும் ஒன்பது சிறுசதுரங்கள் இருக்கும், அவற்றில் ஆறு வெவ்வேறு நிறங்கள் பூசப்பட்டிருக்கும்.

அந்தக் கனசதுரத்திலுள்ள சிறுசதுரங்களை நாம் முன்னே, பின்னே, இடப்பக்கம், வலப்பக்கம் என்று பலவிதமாகத் திருப்பலாம். அப்படித் திருப்பித்திருப்பி, ஒவ்வொரு பக்கத்திலும் இருக்கிற ஒன்பது சிறுசதுரங்களிலும் ஒரே நிறம் வருமாறு செய்யவேண்டும்.

அதாவது, ஆரம்பத்தில் ஒவ்வொரு பக்கத்திலும் உள்ள ஒன்பது சிறுசதுரங்களும் வெவ்வேறு நிறங்களில் கண்டபடி கலைந்து காணப்படும், அதனை மாற்றி, ஒருபக்கத்தில் அனைத்துச் சிறுசதுரங்களும் சிவப்பு, இன்னொருபக்கத்தில் அனைத்துச் சிறுசதுரங்களும் வெள்ளை... இப்படி ஆறு பக்கங்களிலும் ஆறு வெவ்வேறு நிறங்கள் இருக்கும்படி செய்யவேண்டும். அதுதான் சவால்

இதைப்பற்றிக் கேட்கும்போது, இது ஒரு பெரிய விஷயமா என்று தோன்றலாம். நிஜமாக ஒரு ரூபிக்ஸ்க்யூபை எடுத்து விளையாடிப்பார்த்தால்தான் அதிலிருக்கும் சிக்கல் புரியும்.

இந்தச் சதுரத்தை ஒழுங்குபடுத்தினால் அந்தச் சதுரம் நகர்ந்துவிடும், அதை ஒழுங்குபடுத்தினால் இது கலைந்துவிடும், கஷ்டப்பட்டு மூன்று சதுரங்களை ஒரே நிறத்துக்குக் கொண்டுவந்தபிறகு, மீதமுள்ள சதுரங்களை ஒழுங்குபடுத்துவதற்காக அவற்றைக் கலைக்கவேண்டியிருக்கும்.

அப்போது நமக்கு மிகவும் வருத்தமாக இருக்கும், 'இப்பதான் கஷ்டப்பட்டு இதை ஒழுங்குபடுத்தினேன், உடனே கலைக்கணுமா?' என்று தோன்றும்.

ஆனால், வேறு வழியே இல்லை. அதைக் கலைத்தால்தான் மற்ற சதுரங்களை ஒழுங்குபடுத்த இயலும்.

அப்படியானால், இந்த மூன்று சதுரங்கள்?

மற்ற சதுரங்களை அடுக்கியபிறகு, இவற்றையும் பழையபடி ஒழுங்காக அமைக்கவேண்டும். ஆறு பக்கங்களிலும் எல்லாச் சதுரங்களும் நாம் நினைத்தபடி இருந்தால்தான் வெற்றி.

இந்த விளையாட்டை முதன்முறை பார்க்கிறவர்கள், ஐந்தே நிமிடத்துக்குள் பொறுமையிழந்துவிடுவார்கள். 'இதெல்லாம் சாத்தியமே இல்லை' என்பார்கள்.

ஆனால், இதே விளையாட்டை நன்கு பழகியவர்கள், சில விநாடிகளில் பரபரவென்று ரூபிக்ஸ்க்யூபை ஒழுங்குபடுத்தி விடுவார்கள். சந்தேகப்பட்டு அதைக் கலைத்துக்கொடுத்தால், சரேலென்று பழையபடி ஒழுங்குபடுத்தித்தருவார்கள்.

இது எப்படி சாத்தியம்? நமக்கு ஒன்றுமே புரியாததுபோல் குழப்பமாக இருக்கும் ஒரு விளையாட்டை இன்னொருவர் அதிவேகமாக விளையாடுகிறாரே!

மற்ற விளையாட்டுகளெல்லாம் இப்படி இல்லை. கிரிக்கெட்டோ செஸ்ஸோ கால்பந்தோ ஹாக்கியோ, விதிமுறைகளைப் புரிந்துகொண்டபிறகு நீங்கள் விளையாடத்தொடங்கிவிடலாம், சிலர் பிரமாதமாக விளையாடுவார்கள், சிலர் சுமாராக விளையாடுவார்கள், அவ்வளவுதான்.

ஆனால், ரூபிக்ஸ்க்யூபில் மட்டும், ஒரு பக்கம் பலர் என்ன நடக்கிறது என்றே புரியாமல் திகைத்துநிற்கிறார்கள், இன்னொரு பக்கம் சிலர் அதே விளையாட்டை அசத்தலாக விளையாடுகிறார்கள். இது எப்படி? ஏதோ மாயாஜாலம்போலிருக்கிறதே!

ரூபிக்ஸ்க்யூப் விளையாடுவோரைக் கேட்டால், 'மாயமெல்லாம் ஒண்ணுமில்லை சார்' என்பார்கள், 'சில ஃபார்முலாக்களை நினைவில வெச்சுக்கிட்டாப் போதும்.'

அதாவது, ஒரு சிறுசதுரம் இங்கே இருக்கிறது, அந்தச் சிறுசதுரம் இன்னோர் இடத்துக்கு வரவேண்டும் என்றால், முன்னே, பின்னே, இடப்பக்கம், வலப்பக்கம் என எப்படியெல்லாம் சுழற்றினால் அது அங்கே வரும் என்பதற்கு ஒரு சூத்திரம் இருக்கிறது. அதன்படி செயல்பட்டால் அந்தச் சிறுசதுரம் அங்கே வந்தே தீரும், அதுதான் ரூபிக்ஸ்க்யூபின் அடிப்படை.

இப்படி ஒன்று, இரண்டு அல்ல, பல சூத்திரங்கள் உண்டு, அனைத்தையும் நினைவில் வைத்துக்கொண்டு செயல்பட வேண்டும்.

அடுத்து, ரூபிக்ஸ்க்யூப் சவால் தொடங்கும்போது, விளையாடுகிறவர்கள் சில நிமிடங்கள் அந்தக் கலைக்கப்பட்ட கனசதுரத்தை உன்னிப்பாகப் பார்ப்பார்கள், எந்தச் சிறுசதுரம் எங்கே இருக்கிறது என்று கவனித்துத் தெரிந்துகொள்வார்கள், அதன்பிறகுதான் விளையாடத் தொடங்குவார்கள்.

அந்தச் சிலநிமிடப் பார்வை, மிக முக்கியமானது. அதுதான் அவர்களுடைய விளையாட்டு வியூகத்தைத் தீர்மானிக்கிறது.

அதென்ன வியூகம்?

இதனை இப்படிச் செய்யவேண்டும் என்று தீர்மானித்துக் கொள்வதுதான் வியூகம். எதிரிநாட்டைத் தாக்கும் அரசர்கள் 'வியூகம் அமைத்தார்கள்' என்று படிக்கிறோமல்லவா? அந்த நாட்டின் புவியியல் அமைப்பு, அதற்குள் நுழைவதற்கான வழிகள், பாதுகாப்பு, மக்களின் எண்ணிக்கை, எதிர்த்துவரப்போகும் ராணுவத்தின் பலங்கள் என்று பல விஷயங்களை அலசிப்பார்த்து, தங்களுடைய அனுபவத்தின் அடிப்படையில் அவர்கள் ஒரு வியூகத்தை உருவாக்குவார்கள், அதன்படி செயல்படுவார்கள்.

ரூபிக்ஸ்க்யூபிலும் அதே கதைதான். அந்தக் கனசதுரம்தான்

வெல்லவேண்டிய நாடு, அதன் பக்கங்கள்தான் எல்லைகள், அவற்றில் உள்ள சிறுசதுரங்களின் அமைப்புதான் அந்த எல்லைகளின் இப்போதைய நிலை.

அதையெல்லாம் பார்க்கும் ஒருவர் தனது தாக்குதல் வியூகத்தை அமைக்கிறார், அதாவது, எந்தச் சிறுசதுரம் எங்கே செல்லவேண்டும் என்று தீர்மானிக்கிறார். அதனை எப்படிக் கொண்டுசெல்வது என்பதற்கான சூத்திரம் அவருக்கு ஏற்கெனவே தெரியும், அதன்படி விளையாடத்தொடங்குகிறார்.

வியூகம் அமைக்கும் ராஜாவுக்கும் ரூபிக்ஸ்க்யூப் விளையாடுகிறவருக்கும் ஒரே வித்தியாசம், இங்கே எதிரி (அதாவது கனசதுரம்) எப்போதும் ஒரேமாதிரிதான் செயல்படும். திடீரென்று பின்பக்கத்திலிருந்து வந்து தாக்காது.

ஆகவே, அவர்கள் தங்களது வியூகப்படி பரபரவென்று சிறுசதுரங்களை நகர்த்துகிறார்கள், ஆறு பக்கங்களிலும் உள்ள சிறுசதுரங்கள் ஒரே நிறத்தில் இருக்கும்படி செய்துவிடுகிறார்கள்.

இந்தச் சூத்திரங்கள் தெரியாத ஒருவருக்கு, ரூபிக்ஸ்க்யூப் என்பது பலதரப்பட்ட நிறங்களைக்கொண்ட ஒரு கனசதுரம், அவ்வளவுதான். அதிலுள்ள சிறுசதுரங்களை அவர் பலவிதமாக நகர்த்திப்பார்த்தாலும், அவரால் வெல்ல இயலாது.

இன்னொருவிஷயம், ரூபிக்ஸ்க்யூபில் வெல்வதற்கு வேகமும் தேவை. பரபரவென்று சிறுசதுரங்களை நகர்த்தாவிடில், எதிரிலுள்ளவர் வென்றுவிடுவார்.

இதற்காக, அவர்கள் ஒரே நேரத்தில் பல 'நகர்த்தல்'களைத் திட்டமிடுகிறார்கள். அதாவது, இந்தச் சிறுசதுரத்தை இங்கே கொண்டுவந்தபிறகு, அந்தச் சிறுசதுரத்தை இன்னொருபக்கம் கொண்டுசெல்லவேண்டும் என்று ஒன்றிரண்டு படிகளை முன்கூட்டியே யோசித்துக்கொள்கிறார்கள், அதன்படி செயல்படுகிறார்கள்.

கை நகரும் வேகமும் முக்கியம், ஒரே சுழற்சியில்

பல சிறுசதுரங்களை விரும்பிய பக்கத்திற்கு நகர்த்தத் தெரிந்துகொண்டால் மற்றவர்களைவிட விரைவாகப் பிரச்னையைத் தீர்த்துவிடலாம்.

ஆக, ரூபிக்ஸ்க்யூபில் வெல்வதற்கு இவையெல்லாம் தேவை:

1. கனசதுரத்தின் இப்போதைய நிலையை ஆராயும் திறமை
2. அதனை எப்படி மாற்றினால் வெற்றி பெறலாம் என்கிற திட்டமிடல்
3. அந்த மாற்றத்தை நிகழ்த்தத் தேவையான வழிமுறைகள்/ சூத்திரங்கள்
4. அந்தச் சூத்திரங்களை விரைவாகச் செயல்படுத்தும் திறன்
5. முழுமையான ஒழுங்கு வரும்வரை சிறுசதுரங்களைப் பலவிதமாக மாற்றவேண்டியிருக்கும், அதற்காக, நாம் கொண்டுவந்த ஒழுங்கை நாமே கலைக்கவேண்டியிருக்கும், அதையெல்லாம் எண்ணிக் கவலைப்படாமல், நிறைவு இலக்கைமட்டும் மனத்தில் வைத்திருத்தல்

இதே ஐந்து விஷயங்களை நாம் சந்திக்கும் எந்தப் பிரச்னைக்கும் பொருத்திப்பார்க்கலாம்.

முதலாவதாக, பிரச்னை கையில் வரும்போது, அதனைப் புரிந்துகொள்ளாமல் தீர்க்க இயலாது. மேஜிக்போல ஒரு தீர்வு நம் கையில் வந்து விழாது, ஆராயவேண்டும், 'இங்கே என்ன பிரச்னை?' என்று புரிந்துகொள்வதுதான் தீர்வைத் தேடுவதற்கான தொடக்கம்.

உதாரணமாக, ஒரு குறிப்பிட்ட கடையில் வியாபாரம் சரியில்லை என்றால், முதலில் அந்தச் 'சரியில்லை' என்பதை வரையறுக்கவேண்டும், அந்தக் கடையில் முன்பு எத்தனை ரூபாய்க்கு வியாபாரம் நடந்தது, பக்கத்திலுள்ள போட்டிக்கடைகளில் இப்போது எத்தனை ரூபாய்க்கு வியாபாரம் நடக்கிறது என்றெல்லாம் ஆராய்ந்தால், இந்தக்

கடையின் வியாபார சாத்தியங்கள் புரியும், அந்த அளவுக்கு அங்கே பொருள்கள் விற்பதில்லையே, அது ஏன் என்று யோசிக்கத்தொடங்குவோம்.

அடுத்து, அந்தப் பிரச்னை எப்படி தீர்க்கப்படவேண்டும் என்று தெரிந்துகொள்ளவேண்டும். அதாவது, எதிர்பார்க்கப்படும் தீர்வு என்ன?

உதாரணமாக, ஒருவர் கார் ரிப்பேர் என்று வந்தால், அந்தக் கார் பழையபடி வேகமாகவும் பாதுகாப்பாகவும் ஓடவேண்டும். அதற்குப் பதிலாக அவருடைய காருக்குப் புதுவண்ணம் பூசித்தந்தால் அது சரியான தீர்வல்ல.

மூன்றாவதாக, இப்போதைய நிலைக்கும், எதிர்பார்க்கப்படும் தீர்வுக்கும் இடையிலுள்ள பாதை என்ன? எவ்வாறு நாம் அந்தத் தீர்வைநோக்கிச் செல்லப்போகிறோம்?

இங்கேதான் ரூபிக்ஸ்க்யூப் சூத்திரங்களைப்போல் நமக்கு நமது அனுபவங்கள் கைகொடுக்கின்றன. இதற்குமுன்னால் இதேபோன்ற பிரச்னைகளைச் சந்தித்தபோது நாம் என்ன செய்தோம், அவற்றில் எதெல்லாம் சரியாகப் பயன்பட்டது, எதெல்லாம் சொதப்பியது... இந்த விஷயங்களை நினைவுபடுத்திப்பார்க்கவேண்டும், அதன் அடிப்படையில் தீர்வைநோக்கிச் செல்லவேண்டும்.

அடுத்து, அப்படித் தீர்வைநோக்கிச் செல்லும்போது வேகம் தேவை, மற்றவர்கள் செய்கிற அதே விஷயங்களை நாமும் செய்துகொண்டிருந்தால் பத்தோடு பதினொன்றாகத்தான் இருப்போம், அவற்றை மேம்படுத்தப் பழகவேண்டும், ஒன்றைச் செய்யும்போதே அதன் விளைவுகளை யோசித்து, அடுத்து என்ன என்பதைச் சிந்தித்து விரைவாகவும் தெளிவோடும் முன்னேறவேண்டும்.

நிறைவாக, முழுமையான தீர்வுதான் நமக்கு முக்கியம், அது கிடைக்கும்வரை, நாம் செய்தவற்றை நாமே பலவிதமாக மாற்றிப் பார்க்கவேண்டியிருக்கும், அது தோல்வியல்ல, வெற்றிக்கான பயிற்சிதான் என்று எண்ணவேண்டும்.

இந்த ஐந்துமே வெற்றிக்கு முக்கியம். இவற்றில் ஏதேனும் ஒன்று குறைந்தால்கூட, தெளிவில்லாமல் திகைத்து நின்றுவிடுவோம்.

ரூபிக்ஸ்க்யூப் விளையாட்டிலும் சரி, மற்ற எந்தத்துறையிலும் சரி, வெல்வதற்கு மாயமோ மந்திரமோ தேவையில்லை, கவனமான அலசலும், புரிந்துகொள்ளலும், என்ன செய்தால் என்ன நடக்கும் என்கிற தெளிவும், அதைநோக்கிய விரைவான முன்னேற்றமும், சிறுமாற்றங்களுக்கு மனம்கலங்காமல் இலக்கில் கவனமாக இருக்கும் மனமும் போதும்.

15ம் சுற்று

ஒவ்வொரு விளையாட்டுக்கும் சில விதிமுறைகள் உண்டு.

உதாரணமாக, கிரிக்கெட் என்றால் அணிக்குப் பதினொரு பேர், இந்த அணி பந்தை வீசும், அந்த அணி மட்டையால் தடுத்து ஆடும், இதைச் செய்தால் ரன் கிடைக்கும், இதைச் செய்தால் மட்டைவீசுபவர் அவுட் ஆகிவிடுவார், போட்டியின் நிறைவில் அதிக ரன்களைப் பெற்றிருக்கும் அணி வெற்றிபெறும்.

இங்கே நாம் சொல்வது மிகச்சுருக்கமான விதிமுறைகளைத்தான். உண்மையில் கிரிக்கெட்டின் எல்லா விதிமுறைகளையும் சொல்வதற்கு இந்தப் புத்தகமே போதாது.

இப்படி ஒவ்வொரு விளையாட்டுக்கும் ஏகப்பட்ட விதிமுறைகள் வகுக்கப்பட்டிருக்கின்றன, புதிதாக அந்த விளையாட்டைக் கற்றுக்கொள்கிறவர்கள் இந்த விதிமுறைகளைக் கற்றுக்கொள்ளவேண்டும், அதன்படி விளையாடவேண்டும், அப்போதுதான் அவர்கள் வெற்றிபெற இயலும்.

ஆனால், இந்த விதிமுறைகள் எப்போதும் ஒரேமாதிரி இருக்கும் என்று சொல்ல இயலாது. சிலர் தங்களுக்குத்தாங்களே புதிய விதிமுறைகளையும் உருவாக்குவதுண்டு.

அந்தக் காலனிக்கு ஒரு புதிய குடும்பம் குடிவந்திருக்கிறது. அதில் ஒரு சின்னப்பையன்.

முதல்நாள், அவன் அந்தக் காலனியைச் சுற்றிப்பார்க்கிறான். சற்றுத்தொலைவில் ஒரு மைதானத்தில் சிலர் கிரிக்கெட் விளையாடிக்கொண்டிருக்கிறார்கள்.

இவனுக்குக் கிரிக்கெட் என்றால் மிகவும் விருப்பம். அவர்களிடம் ஓடுகிறான், 'நானும் உங்களுடன் விளையாடலாமா?' என்று கேட்கிறான். அவர்களும் இவனைச் சேர்த்துக்கொள்கிறார்கள்.

சிறிது நேரம் கழித்து, அவன் பேட்செய்யவேண்டிய நேரம். முதல் பந்தை ஓங்கி அடிக்கிறான், அது எல்லைக்கோட்டைத் தாண்டி விழுகிறது, 'சிக்ஸர்' என்று மகிழ்ச்சியோடு துள்ளிக்குதிக்கிறான்.

'ம்ஹூம், நீ அவுட்' என்கிறான் இன்னொரு பையன்.

'அதெப்படி? பந்து எல்லைக்கோட்டைத் தாண்டி விழுந்தா சிக்ஸர்தானே?'

'நீ இந்த ஏரியாவுக்குப் புதுசு, அதான் உனக்குத் தெரியலை!' என்று சிரிக்கிறான் அந்தப் பையன், 'இங்கே பந்து எல்லைக்கோட்டைத் தாண்டி விழுந்தா அவுட்ன்னு அர்த்தம்!'

மற்றவர்களும் அவனை ஆமோதிக்கிறார்கள், 'ஆமா, நீ அவுட்' என்கிறார்கள்.

ஏன் இப்படி? அவர்கள் பொய்சொல்கிறார்களா?

இருக்கலாம். புதிதாக வந்த ஒரு பையன் இப்படி திடுதிப்பென்று சிக்ஸர் அடித்தது அவர்களுக்குப் பிடிக்காமலிருக்கலாம். ஆகவே, போகிறபோக்கில் ஒரு புதிய விதிமுறையை உருவாக்கி அவனை அவுட்செய்யப்பார்க்கலாம். அல்லது நிஜமாகவே அங்கே கிரிக்கெட் விளையாடுகிறவர்கள் மத்தியில் 'எல்லைக்கோட்டைத் தாண்டி அடித்தால் அவுட்' என்று ஒரு விதிமுறை இருக்கலாம்.

இதென்ன? அபத்தமான விதிமுறையாக உள்ளதே!

அப்படிச் சொல்லிவிட இயலாது. கொஞ்சம் யோசித்தால் இந்த விதிமுறைக்குப்பின்னால் இருக்கக்கூடிய நியாயம் புரியும்.

அது ஒரு சிறிய மைதானம், அதைச்சுற்றிலும் புதர்கள். யாராவது பந்தை ஓங்கி அடித்தால், அந்தப் புதர்களில்தான் போய் விழும், பந்தைத் தேடுவது சிரமம்.

ஆகவே, விளையாடுகிறவர்கள் எல்லாரும் மைதானத்துக்குள்தான் பந்தை அடிக்கவேண்டும், உணர்ச்சிவயப்பட்டு வெளியே அடித்துவிடக்கூடாது, அதைத் தடுப்பதற்காக, 'பந்து எல்லைக்கோட்டைத் தாண்டினா அவுட்' என்று அவர்கள் ஒரு விதிமுறையைப் போட்டிருக்கலாம்.

பொதுவான கிரிக்கெட் விதிமுறைப்படி, அது சிக்ஸர். ஆனால் அந்த மைதானத்தில், அது அவுட்.

இப்போது சிக்ஸரடித்து அவுட்டான அந்தப் பையன் வருத்தத்தோடு புலம்புவான், 'எல்லாரும் என்னை ஏமாத்தப்பாக்கறீங்க' என்று சொல்வான்.

காரணம், அவனுக்குத்தெரிந்த கிரிக்கெட் விதிமுறை வேறு, இங்கே உள்ள கிரிக்கெட் விதிமுறை வேறு. ஆகவே, நன்றாக விளையாடியும் அவன் அவுட்டாகிவிட்டான்.

ஆனால், அடுத்தநாள் அவன் கிரிக்கெட் விளையாடவரும்போது, 'பந்து எல்லைக்கோட்டுக்கு வெளியே போனா அவுட்' என்கிற விதிமுறை அவன் மனத்தில் அழுத்தமாகப் பதிந்திருக்கும், சரியாக உள்ளேயே விளையாடி செஞ்சுரி அடிப்பான்.

நேற்று முதல் பந்தில் அவுட்டானவன் இன்று செஞ்சுரி அடித்தது எப்படி?

இந்த ஆட்டத்தின் விதிமுறைகளை அவன் புரிந்துகொண்டு விட்டான், அதன்படி விளையாடி ஜெயித்துவிட்டான்.

ஆக, ஆட்டத்தின் விதிமுறைகளை யார் வகுக்கிறார்கள் என்பது முக்கியமில்லை, அதை யார் நன்றாகப் புரிந்துகொண்டு பின்பற்றுகிறார்கள் என்பதைப்பொறுத்துதான் வெற்றி.

உதாரணமாக, கிரிக்கெட்டைக் கண்டுபிடித்தது இங்கிலாந்து, அதற்கான அடிப்படை விதிமுறைகளை வகுத்தவர்களெல்லாம் இங்கிலாந்துக்காரர்கள்தான்.

இதனால், ஆரம்பத்தில் இங்கிலாந்தைச்சேர்ந்த வீரர்கள்தான் சிறப்பாக கிரிக்கெட் விளையாடியிருப்பார்கள், மற்ற நாடுகள் விதிமுறைகளைச் சரியாகப் புரிந்துகொள்ளாமல் தடுமாறியிருப்பார்கள்.

ஆனால், இதெல்லாம் சில ஆண்டுகளுக்குதான். அதற்குள் மற்ற நாடுகளைச் சேர்ந்தவர்கள் கிரிக்கெட் விதிமுறைகளை நன்கு கற்றுக்கொண்டுவிட்டார்கள், பல போட்டிகளில் இங்கிலாந்தையே தோற்கடிக்கத்தொடங்கிவிட்டார்கள்.

ஆக, கிரிக்கெட்டுக்கான விதிமுறைகளை உருவாக்கிய ஒரே காரணத்தால் இங்கிலாந்தால் கிரிக்கெட்டில் சிறந்துவிளங்க இயலவில்லை, அந்த விதிமுறைகள் பொதுவாக எல்லாருக்கும் தெரிந்தபிறகு, களம் சமமாகிவிட்டது, அனைவரும் தங்கள் திறமையைக் காட்ட, அதில் சிறந்த அணிதான் வெற்றிபெறுகிறது.

இதேபோல், கூடைப்பந்தாட்டத்தைக் கண்டுபிடித்தவர் பெயர் ஜேம்ஸ் நைஸ்மித். அதற்குமுன் அப்படியொரு விளையாட்டே கிடையாது. இவர்தான் அதற்கு விதிமுறைகளையெல்லாம் உருவாக்கினார்.

இவரைப் பார்த்துப் பலரும் கூடைப்பந்து விளையாட ஆரம்பித்தார்கள். இந்த அணிகளுக்கிடையே போட்டிகளும் நடைபெற்றன.

இந்தப் போட்டிகளிலெல்லாம் ஜேம்ஸ் நைஸ்மித்தின் அணிதான் வெற்றிபெற்றிருக்கும், இல்லையா?

ம்ஹூம். அவருடைய அணி விளையாடிய 105போட்டிகளில், 55ல்தான் வெற்றிபெற்றது, மீதி 60ல் தோல்வியடைந்துவிட்டது.

அதாவது, 'கூடைப் பந்தாட்டத்தை இப்படித்தான் விளையாடவேண்டும்' என்று ஊருக்கெல்லாம் சொன்ன மனிதரால்கூட, அந்த விளையாட்டில் தொடர்ந்து வெற்றிபெற இயலவில்லை. பாதிக்கும் மேற்பட்ட போட்டிகளில் அவர் தோல்வியடைந்தார், அவருடைய விதிமுறைகளைவைத்தே மற்றவர்கள் அவரை ஜெயித்துவிட்டார்கள்.

இதன் அர்த்தம், விளையாட்டு என்று வந்துவிட்டால், விதிமுறைகளை உருவாக்குகிறவர்களுக்கென்று எந்த விசேஷச் சலுகையும் இல்லை. அந்த விதிமுறைகளை மற்றவர்கள் கற்றுக்கொள்ளும்வரை அவர்களுக்குக் கொஞ்சம் கூடுதலான வெற்றிகள் கிடைக்கலாம், அதன்பிறகு, அவர்களும் மற்றவர்களைப்போலதான்.

ஒரு நிறுவனத்தில், மேலாளர் வைத்ததுதான் சட்டம், மற்றவர்களெல்லாம் அதை அப்படியே கேட்டு நடக்க வேண்டியதுதான்.

இங்கே அந்த மேலாளர் விதிமுறைகளைத் தீர்மானிக்கிறவராக இருக்கிறார், ஆகவே, அவர் பிறர்மீது ஆதிக்கம் செலுத்துகிறார்.

அங்குள்ள ஊழியர்கள் அந்த விதிமுறைகளைக் கற்றுக்கொண்டு அவற்றைப் பயன்படுத்தியே அந்த மேலாளரை வெல்ல இயலும். காரணம், அவை அவர் உருவாக்கிய விதிமுறைகள், அதன்படி ஒருவர் விளையாடும்போது அவர் அந்த வெற்றியை ஏற்றுக்கொள்ளத்தான்வேண்டும்.

காந்தியடிகள் இதைத்தான் செய்தார். ஆங்கிலேயர்களின் ஆதிக்கத்துக்கு எதிராக அவர் கையிலெடுத்த ஆயுதம், அவர்களுடைய சட்டமேதான்.

அடிப்படையில் அவர் ஒரு வழக்கறிஞர். ஆகவே, சட்ட நுணுக்கங்களை நன்கு அறிந்திருந்தார். அந்தச் சட்டங்களை

மீறாமல் எப்படி அரசுக்கு நெருக்கடி தர இயலும் என்று யோசித்துச் செயல்பட்டார்.

உதாரணமாக, ஒத்துழையாமை இயக்கத்தை எடுத்துக்கொள்வோம். திடுதிப்பென்று இந்திய மக்கள் அரசு நடத்தும் கல்விநிறுவனங்களுக்குத் தங்கள் பிள்ளைகளை அனுப்ப மறுத்தார்கள், அரசு வேலைகளுக்கு வர மறுத்தார்கள், வெளிநாட்டுத் துணிகளை வாங்க மறுத்தார்கள்...

இதனால், பிரிட்டிஷ் அரசுக்குக் கடும்கோபம் வந்திருக்கும். ஆனால், அவர்களால் எதுவும் செய்ய இயன்றிருக்காது. காரணம், காந்தியோ அவரைப் பின்பற்றியவர்களோ எந்தச் சட்டத்தையும் மீறவில்லை, ஆகவே, அவர்களைத் தண்டிக்க இயலாது.

அதன்பிறகு, படிப்படியாக சட்டமறுப்பு இயக்கத்தைக் கையிலெடுத்தார் காந்தி. அப்போதும், தாங்கள் எந்தச் சட்டத்தை மீறுகிறோம், அதற்கு என்ன தண்டனை என்கிற தெளிவோடுதான் அவரது தொண்டர்கள் அதில் ஈடுபட்டார்கள், கிடைத்த தண்டனையை மகிழ்ச்சியோடு ஏற்றுக்கொண்டார்கள்.

மொத்தத்தில், ஆங்கிலேயன் உருவாக்கி அமல்படுத்திய சட்டத்தை அவனுக்கு எதிராகவே பயன்படுத்தி வெற்றியடைந்தார் காந்தி. ‘எல்லைக்கோட்டைத் தாண்டி அடித்தால் அவுட்’ என்று சொன்னவர்களுக்கு எதிராக, அந்த விதிமுறையையே பயன்படுத்தி செஞ்சுரி அடித்த பையனைப்போல.

முதல்நாள் சிக்ஸர் அடித்து அவுட்டான அந்தப் பையன், இரண்டாம்நாள் எப்படி விளையாடியிருப்பான் என்று யோசியுங்கள்.

சில பந்துகளை மைதானத்துக்குள் அடித்து ஆடியிருப்பான், தூக்கி அடிக்கவேண்டிய அவசியம் வரும்போதுகூட, அது எல்லைக்கோட்டுக்குச் சற்று முன்பாகவே விழும்படி விளையாடியிருப்பான்.

அதாவது, தான் அவுட்டாகப்போகும் எல்லை எது என்பதைப் புரிந்துகொண்டு, அந்த வரம்புக்குள் கவனமாக விளையாடியிருப்பான். எவ்வளவுதூரம் ரிஸ்க் எடுக்கலாம் என்பதை உணர்ந்து, அதை மீறாமல் விளையாடியிருப்பான்.

இந்த குணம் நம் ஒவ்வொருவருக்கும் தேவை: விதிமுறைகள் என்ன சொல்கின்றன, அவை வரையறுத்திருக்கும் வரம்புகள் என்ன, அவற்றுக்குள் எதைச்செய்தால் சரி, எதைச்செய்தால் தவறு, அந்தத் தவறுக்கு என்ன தண்டனை என்பதையெல்லாம் தெரிந்துகொண்டால்தான் கவனமாக விளையாட இயலும்.

உதாரணமாக, ரயில் டிக்கெட் பதிவுசெய்யும் இடத்தில், ஒருவருக்கு அதிகபட்சம் ஆறு சீட்டுகள்தான் தருவார்கள். ஆனால், ஒருவருக்கு எட்டுச் சீட்டுகள் தேவை. ஆகவே, அவர் தன்னுடைய மகனையும் கூட அழைத்துச்செல்லலாம், தனக்கு நான்கு, தன் மகனுக்கு நான்கு என்று எட்டுச் சீட்டுகள் வாங்கலாம், இதில் எந்த விதிமீறலும் இல்லை.

ஆனால் இன்னொருவர், அவசரத்தில் டிக்கெட் வாங்காமல் ரயிலில் ஏறிவிடுகிறார், அதேசமயம் பிடிபட்டால் இத்தனை ரூபாய் அபராதம் என்பது அவருக்குத் தெரிந்திருக்கிறது, ரயிலிலிருந்து இறங்கியதும் முறைப்படி அந்தப் பணத்தைச் செலுத்திவிடுகிறார்.

நாம் அந்தத் தவறை நியாயப்படுத்தவில்லை, விளையாட்டோ, வாழ்க்கையோ, விதிமுறைகளை அறிந்துகொள்ளவேண்டும், அவற்றை மீறினால் என்ன நடக்கும் என்பதைத் தெரிந்துவைத்திருக்கவேண்டும், அப்போதுதான் ஆபத்தில் சிக்கிக்கொள்ளாமல் ஆட்டத்தில் நம் நிபுணத்துவத்தைக் காட்ட இயலும்!

16ம் சுற்று

1988 செப்டம்பர் 24.

சியோலில் ஒலிம்பிக் போட்டிகள் நடைபெற்றுக்கொண்டிருந்தன. அன்றைக்கு 100 மீட்டர் ஓட்டப்பந்தயம்.

ஓட்டப்பந்தயவீரர்கள் ஒவ்வொருவருக்கும் கனவு, அந்த நூறுமீட்டர் ஓட்டப்பந்தயத்தில் தங்கம் வெல்வதுதான், அதுவும் ஒலிம்பிக் தங்கப்பதக்கம் என்றால் இன்னும் சிறப்பு, அதை வெல்பவர்தான் 'உலகின் அதிவேகமான மனிதர்' என்று பாராட்டப்படுவார்.

அன்றைய போட்டியில் எட்டுப் பேர் கலந்துகொண்டார்கள். அவர்களில் முக்கியமானவர், கனடாவைச்சேர்ந்த பென் ஜான்சன், அவருக்குதான் தங்கப்பதக்கம் கிடைக்கும் என்று பலரும் எதிர்பார்த்தார்கள்.

காரணம், அன்றைய தேதிக்கு உலகிலேயே அதிவேகமாக நூறுமீட்டர் ஓடியிருந்தவர் பென் ஜான்சன்தான். முந்தைய வருடம் வெறும் 9.83 விநாடிகளில் அவர் அந்தச் சாதனையை நிகழ்த்தியிருந்தார்.

ஒலிம்பிக்ஸில் அதுவரை யாரும் 9.83 விநாடிகளில் நூறுமீட்டர் ஓடியதில்லை. ஆகவே, பென் ஜான்சன் தன்னுடைய பழைய வேகத்தில் இன்னொருமுறை ஓடினாலே போதும், தங்கம் வென்றுவிடுவார்.

ஆனால், அன்றைய போட்டியில் பென் ஜான்சன் அதைவிட வேகமாக ஓடினார், வெறும் 9.79 விநாடிகளில் நூறுமீட்டரைப் பூர்த்தி செய்து தங்கம் வென்றார்.

இரண்டாம் இடத்தைப்பிடித்தவர் அமெரிக்காவைச்சேர்ந்த கார்ல் லூயிஸ். அவர் 9.92 விநாடிகளில் நூறுமீட்டர் ஓடியிருந்தார்.

9.79க்கும் 9.92க்கும் வித்தியாசம் மிகக்குறைவுதான், கண்சிமிட்டும் நேரத்தில் பத்தில் ஒருபங்கு, ஆனால் அதற்குள் பென் ஜான்சன் முன்னே வந்துவிட்டார், தங்கம் வென்றுவிட்டார்.

ஆனால், அந்தச் சாதனை நெடுநேரம் நீடிக்கவில்லை. பென் ஜான்சன் ஊக்கமருந்தொன்றைப் பயன்படுத்தியிருப்பது தெரியவந்தது, அவருடைய தங்கப்பதக்கம் பறிக்கப்பட்டது, இரண்டாவது இடத்திலிருந்தவருக்குத் தங்கம் கிடைத்தது.

இந்த விஷயத்தைக் கேள்விப்பட்டு ஒட்டுமொத்தத் தடகள உலகமும் அதிர்ந்தது. ஊக்கமருந்துகளின்மூலம் போட்டிகளில் வெல்கிறவர்கள் ஆங்காங்கே உண்டுதான். ஆனால், ஒலிம்பிக்ஸ்போன்ற ஒரு மிகப்பெரிய போட்டியில், அதுவும் பென் ஜான்சன்போன்ற ஒரு மிகப்பெரிய வீரர் ஊக்கமருந்தைப் பயன்படுத்தி வென்றிருக்கிறார் என்றால் கேள்விகள் எழுமல்லவா!

பெரும்பாலானோர் விளையாடுவது மகிழ்ச்சிக்காகத்தான். அதில் வெற்றியும் தோல்வியும் இரண்டாம்பட்சம்.

உதாரணமாக, குழந்தைகள் மணிக்கணக்காகத் தங்களுக்குள் விளையாடுகிறார்கள். அதில் போட்டி இல்லை, பொறாமை இல்லை, ஜெயிப்பவர், தோற்பவர் என்ற பேச்சும் இல்லை.

கொஞ்சம் வளர்ந்த குழந்தைகள் யார் வெற்றிபெறுகிறார்கள் என்பதில் கவனம் செலுத்தக்கூடும், ஆனால் அதுவும் அரைவிநாடிதான், அதன்பிறகு மீண்டும் விளையாட்டை அனுபவிக்கத் தொடங்கிவிடுவார்கள்.

விளையாட்டில் வென்றால் புகழ் கிடைக்கும், பணம் கிடைக்கும், ஆனால் அதற்கு எதை விலையாகத் தரலாம்? உழைப்பைத் தரலாம், விடாமுயற்சியைத் தரலாம், நேர்மையைத் தரலாமோ?

சமீபத்தில் ஒரு பெண் பீகார் மாநிலத்திலேயே முதல் மாணவியாகத் தேர்வானார். ஆனால், அவர் அதிக மதிப்பெண் வாங்கிய பாடங்களில் அவருக்கு அடிப்படை விஷயங்கள்கூடத் தெரியவில்லை என்பது கண்டுபிடிக்கப்பட்டது.

பிறகு எப்படி அவர் முதல் மாணவியானார்?

காசுதான் காரணம். அவருடைய பெற்றோர் நிறைய 'செலவுசெய்து' அவருக்கு வேண்டிய மதிப்பெண்களை 'வாங்கியிருக்கிறார்கள்'. பிறகு உண்மை தெரிந்ததும், அந்தப் பெண் மாட்டிக்கொண்டார்.

இனி அந்தப் பெண் நிஜமாகவே படித்து மதிப்பெண் வாங்கினாலும் யாராவது நம்புவார்களா? ஒருமுறை இழந்த நேர்மையைத் திரும்பப்பெறுவது சாத்தியமா? அதனால்தான், எதற்காகவும் நேர்மையை இழக்கக்கூடாது என்கிறார்கள்.

அந்த அப்பாவிப்பெண்மட்டுமல்ல, பல பெரிய பிரபலங்களும்கூட நேர்மையை மறந்து அதன் விளைவுகளைச் சந்தித்திருக்கிறார்கள். பென் ஜான்சன்போல் பலநூறு கதைகள் இங்கே உண்டு.

ஆனால், ஒவ்வொரு பென் ஜான்சனுக்கும் பக்கத்தில் ஒரு லாரன்ஸ் லெமியூ இருக்கிறார். அவரை நாம் கவனிக்கிறோமா?

யார் அந்த லாரன்ஸ் லெமியூ?

பென் ஜான்சன் ஊக்கமருந்து உட்கொண்டு ஓடிய அதே

1988 செப்டம்பர் 24ம் தேதி, அதே சியோல் ஒலிம்பிக்ஸின் இன்னொரு போட்டியில் இவர் கலந்துகொண்டார்.

அது ஓட்டப்பந்தயம் அல்ல, படகுப்பந்தயம். அதில் லாரன்ஸ் இரண்டாவது இடத்தில் இருந்தார். அதாவது, கொஞ்சம் முயன்றால் ஒலிம்பிக்ஸ் பதக்கத்தைக் கைப்பற்றிவிடும் நிலையில் இருந்தார்.

பென் ஜான்சனுக்கு ஒலிம்பிக்ஸ் பதக்கம் பெரிய விஷயம் என்றால், லாரன்ஸுக்கும் அப்படிதான். அதுவே அவருடைய கனவு, லட்சியம், எல்லாமே. அதற்காக அவர் கடுமையாக உழைத்துக்கொண்டிருந்தார்.

அன்றைக்குக் காற்று, அலைகள் மிகவும் அதிகம், அதைச் சமாளித்துப் படகைச் செலுத்திக்கொண்டிருந்தார் லாரன்ஸ்.

திடீரென்று, அவருக்குச் சற்றுத்தொலைவில் ஒரு படகு கவிழ்ந்து விட்டது. அதில் இருந்த இரண்டு சிங்கப்பூர் வீரர்கள் தண்ணீரில் விழுந்தார்கள்.

அவர்களில் ஒருவர் எப்படியோ படகைப் பிடித்துக்கொண்டு விட்டார், இன்னொருவர் அலைகளிடையே சிக்கித் தள்ளாடினார்.

இதைப்பார்த்த லாரன்ஸ் அவர்களை நோக்கிக் கத்தினார், 'ஏதாச்சும் உதவி தேவையா?'

அடித்த காற்றில் அவருடைய குரல் அவருக்கே கேட்கவில்லை, அவர்களுக்கு எப்படிக் கேட்கும்?

லாரன்ஸ் அரைவிநாடிகூட யோசிக்கவில்லை, போட்டியைப் பாதியில் விட்டுவிட்டு, கவிழ்ந்த படகைநோக்கித் தன் படகைச் செலுத்தத்தொடங்கினார்.

அத்தனை காற்றில் அவருடைய படகுமட்டும் வேகமாகச் சென்றுவிடுமா? மிகுந்த சிரமத்துடன் படகைச் செலுத்தி எப்படியோ அவர்கள் இருவரையும் காப்பாற்றினார் லாரன்ஸ்,

அவர்களுக்கு உரிய உதவி வந்துசேரும்வரை காத்திருந்தார். அதன்பிறகு, மீண்டும் தன்னுடைய போட்டிக்குத் திரும்பினார்.

அதற்குள், அவருடைய போட்டியாளர்கள் எங்கோ சென்றிருந்தார்கள், லாரன்ஸுக்கு அந்தப் பந்தயத்தில் இருபத்திரண்டாவது இடம்தான் கிடைத்தது.

இதைப்பற்றிப் பின்னால் பலரும் அவரிடம் கேட்டுவிட்டார்கள், 'அவர்களைக் காப்பாற்றச்சென்றதால் ஒலிம்பிக்ஸ் பதக்கம் பெறும் வாய்ப்பை இழந்துவிட்டோமே என்று எப்போதாவது வருந்தியதுண்டா?'

'இல்லவே இல்லை!' என்று உடனடியாகப் பதில்சொல்கிறார் லாரன்ஸ், 'ஒருவர் ஆபத்தில் இருக்கும்போது வேறு எதைப்பற்றிய சிந்தனையும் நமக்கு இருக்கவேகூடாது, ஒருவேளை அவர்களைக் கவனிக்காமல் நான் போட்டியில் கலந்துகொண்டிருந்தால், பதக்கம் வென்றிருக்கலாம், ஆனால், என் மனசாட்சி என்னைச் சும்மா விட்டிருக்காது!'

இப்படிச் சொல்வதால் லாரன்ஸ் ஒலிம்பிக்ஸ் பதக்கத்தை அவமதிக்கிறார் என்று பொருளில்லை, சொல்லப்போனால், ஒலிம்பிக்ஸின் நோக்கத்தை அவர் மிகச்சரியாகப் புரிந்துகொண்டிருக்கிறார் என்பதைத்தான் இது காட்டுகிறது. சகமனிதர்கள் உயிருக்குப் போராடிக்கொண்டிருக்கும் நேரத்தில் பதக்கத்தைத் துரத்துவதா மனிதத்தன்மை?

ஒலிம்பிக்ஸ்மட்டுமல்ல, எந்த விளையாட்டிலும் அடிப்படை, மனிதர்களுடனான உறவை மேம்படுத்திக்கொள்வதுதான். தனியே விளையாடினாலும் சரி, குழுவாக விளையாடினாலும் சரி, எதிராளியோடு போட்டியிட்டாலும் சரி, அட, கத்திச்சண்டையே போட்டாலும் சரி, விளையாட்டுணர்வு நம்மைப் பக்குவப்படுத்தவேண்டும், மற்றவர்களை எதிரிகளாக நினைக்கச்செய்யக்கூடாது, பகையுணர்வை ஏற்படுத்தக்கூடாது, வெற்றிக்காக எதையும் செய்யலாம் என்று தூண்டக்கூடாது.

அதனால்தான், இரண்டுபேரின் உயிரைக் காப்பதற்காகத் தன் பதக்கத்தை விட்டுக்கொடுத்தார் லாரன்ஸ். இதற்காக

அவருக்கு வேறொரு பதக்கம் கிடைத்தது. அதன் பெயர், '*Pierre de Coubertin* பதக்கம்.'

ஆங்கிலத்தில் *Sportsmanship* என்று ஒரு சொல் உண்டு. ஒரு விளையாட்டில் அல்லது போட்டியில் கலந்துகொள்ளும்போது அதற்குரிய நெறிமுறைகளின்படி நடத்தல், நன்னடத்தையை வெளிப்படுத்துதல், நேர்மையாக நடந்துகொள்ளுதல், சக வீரர்கள், எதிரணி வீரர்கள், போட்டி அலுவலர்கள், ரசிகர்கள் என எல்லோருடனும் நன்முறையில் நடந்துகொள்ளுதல் என்றெல்லாம் இதற்குப் பொருள்சொல்லலாம்.

இப்படி *Sportsmanship*ஐ வெளிப்படுத்தும் வீரர்களுக்குதான் *Pierre de Coubertin* பதக்கம் தரப்படும். 1988ல் லாரன்ஸுக்கு அந்தப் பதக்கம் கிடைத்தது. ஒலிம்பிக்ஸ் சரித்திரத்திலேயே இந்தப் பதக்கத்தைப் பெறும் ஆறாவது நபர் அவர்.

யோசித்துப்பாருங்கள், ஒவ்வோராண்டும் ஒலிம்பிக்ஸில் நூற்றுக்கணக்கான பதக்கங்கள் தரப்படுகின்றன, அவற்றில் ஒன்றை லாரன்ஸ் வென்றிருந்தால், இன்றைக்கு அவரைப்பற்றி நாம் பேசப்போவதில்லை, ஆனால், தன்னுடைய மனிதத்தன்மைக்காகப் பதக்கம் வென்றவர் என்பதால், அவர் சரித்திரத்தில் இடம்பெற்றுவிட்டார்.

ஒருபக்கம் வெற்றிதான் முக்கியம் என்று அதற்காக எதையும் விடத் தயாராக இருந்தார் பென் ஜான்சன், இன்னொருபக்கம் வெற்றியைப் பொருட்படுத்தாமல் எது சரியோ அதைச் செய்திருக்கிறார் லாரன்ஸ், இவர்களில் யாரை நாம் பின்பற்றவேண்டும்?

ஒரு நிறுவனத்தில் புதிதாக வேலைக்குச்சேர்கிற எல்லாருக்கும் 'நன்னடத்தை விதிமுறைகள்' என ஓர் ஆவணத்தைத் தந்து வாசிக்கச்சொல்வார்கள். பொடிப்பொடி எழுத்துகளில் நீளமாகச் செல்லும் அந்த ஆவணத்தைப் பலர் வாசிப்பதே இல்லை, 'நமக்குத் தெரியாத நன்னடத்தையா?' என்கிற அலட்சியம்தான் காரணம்.

இதனால், இவர்கள் தங்களுடைய மூத்தோரைப் பின்பற்றத்தொடங்குவார்கள். பெரும்பாலானோர் 'நன்னடத்தை'யைக் கற்பதே தங்களுக்குமுன் அதே வேலையில் இருக்கிறவர்களிடமிருந்துதான்!

ஒருவேளை, அந்த மூத்தோர் நன்னடத்தையோடு நடந்துகொள்ளாவிட்டால்? அல்லது நன்னடத்தையில் ஓரிரு படிகள் பின்தங்கியிருந்தால்?

நன்னடத்தை என்பது அந்த ஆவணத்தில் உள்ளதுதான். அதைப் படிக்காமல், உணர்ந்துகொள்ளாமல் பிறரைப் பின்பற்றும்போது, ஒவ்வொரு தலைமுறையிலும் நன்னடத்தையானது சிறிதளவு குறையத்தொடங்கும், ஒருகட்டத்தில் இல்லாமலேபோகும்.

ஆகவே, தனிமனிதர்களைப் பின்பற்றுவதைவிட, நாம் பணியாற்றுகிற நிறுவனத்துக்கு, நமது சமூகத்துக்கு, ஒட்டுமொத்த மனிதகுலத்துக்கு எது நன்னடத்தை என்று தெரிந்துகொள்வதும், அதனைப் பின்பற்றுவதும்தான் சிறப்பு. அதனால் தாற்காலிகமாக நமக்குச் சில இழப்புகள் நேரலாம், ஆனால் அதற்காக நமது அடிப்படை குணங்களை விட்டுக்கொடுக்காமல் இருந்தால் நிம்மதியோடு வாழ்வோம்.

உண்மையில் எல்லாரும் தேடும் வெற்றி அதுதானே!

17ம் சுற்று

இந்திய கிரிக்கெட் அணியின் புதிய பயிற்சியாளராக, முன்னாள் கிரிக்கெட் வீரர் அனில் கும்ப்ளே நியமிக்கப்பட்டிருக்கிறார்.

இவருக்குமுன் ரவி சாஸ்திரி பயிற்சியாளராக இருந்தார். அவருக்கு முன்னால் அஜித் வடேகர், சந்தீப் படீல், மதன்லால், கபில்தேவ், ஜான் ரைட்.... எல்லாரும் முன்னாள் கிரிக்கெட் வீரர்கள்தாம்.

கிரிக்கெட்டில் மட்டுமல்ல, டென்னிஸிலும் இப்படிதான், பழைய வீரர்கள் ஓய்வுபெற்றபின் பயிற்சியாளர்களாகத் திரும்பிவந்து புதிய வீரர்களை பெண்டு நிமிர்த்துகிறார்கள். அவர்களும் வெற்றிபெற்று, 'கோச் ஈஸ் தி சீக்ரெட் ஆஃப் மை எனர்ஜி' என்று பேட்டி தருகிறார்கள்.

வீரர்கள் ஏன் பயிற்சியாளர்களாகிறார்கள்?

இதில் செம துட்டு உண்டு. ஆனால், அவர்கள் அதற்காகவா பயிற்சிதரவருகிறார்கள்?

தொழில்முறை விளையாட்டு வீரர்கள் நாள் முழுக்க ஒரே சிந்தனையோடு வாழ்ந்திருப்பார்கள். பல நாடுகளைச்

சுற்றிப்பார்த்துப் பலவிதமான சூழ்நிலைகளில் விளையாடி மகிழ்ந்திருப்பார்கள். ஏராளமான அனுபவங்களோடு பணமும் புகழும் குவிந்திருக்கும்.

திடீரென்று ஒருநாள், ஓய்வு. மனத்துக்கு இல்லாவிட்டாலும், உடம்புக்கு வயதாகிறதே. அவர்கள் விரும்பினாலும் விரும்பா விட்டாலும் விளையாட்டிலிருந்து வெளியேறவேண்டியதுதான்.

அதன்பிறகுதான் அவர்களுக்கு நேரமே உறைக்கும். ஒரு நாளைக்கு எத்தனை மணிநேரம் என்பதைக்கூட அதுவரை கவனித்திருக்கமாட்டார்கள். புத்தி, செயல், பேச்சு எனச் சகலமும் விளையாட்டைச் சுற்றியதால் வேறெதிலும் அக்கறைகாட்டியிருக்க மாட்டார்கள்.

இன்னொருபக்கம், இவ்வளவுநாளாக விளையாட்டில் கவனம் செலுத்தியதால் குடும்பத்தினருடன் நேரம்செலவிட இயன்றிருக்காது. இப்போது முழுநேரமும் அவர்களுடன் இருக்கலாம். குழந்தைகளைப் பள்ளி, கல்லூரிக்கு அழைத்துச்செல்லலாம், சுற்றுலா செல்லலாம்.

ஆனால், இதெல்லாம் சிலநாள்தான். ஆடிய காலும் பாடிய வாயும் சும்மா இருக்காது. மனத்துக்குப்பிடித்த விளையாட்டு அவர்களைச் சுண்டியிழுக்கும்.

இனிமேல் அங்கே தொழில்முறையில் விளையாட இயலாது. வேறு ஏதாவதுஒருவகையில் விளையாட்டுக்கு நெருக்கமாக இருக்கவேண்டும். என்ன செய்யலாம்?

சிலர் வர்ணனையாளர்களாவார்கள், சிலர் பத்திரிகைகளில் அந்த விளையாட்டைப்பற்றிக் கட்டுரைகளை எழுதுவார்கள், தொலைக்காட்சிகளில் பேசுவார்கள், தேர்வுக்குழுவில் இடம்பெறுவார்கள், இளைஞர்களின் குழுவுக்குப் பயிற்சியாளர்களாவார்கள்...

இவை அனைத்துக்கும் பொதுவான அம்சம்: விளையாட்டு. அவர்கள் முன்பு ரசித்து அனுபவித்துக் கொண்டாடிய அதே

விளையாட்டு. ஏதாவது ஒருவிதத்தில் அந்த விளையாட்டோடு தொடர்பில் இருக்கவேண்டும். அவ்வளவுதான்.

இதன்மூலம் அவர்களது தனிப்பட்ட ஏக்கம் தீர்வதுடன், அவர்களுடைய அனுபவமும் வீணாகாமலிருக்கிறது, அதே துறையைச்சேர்ந்த பிறருக்குப் பயன்படுகிறது.

ஒரு மாணவர், படிப்பை முடித்துவிட்டு ஊருக்குக் கிளம்புகிறார். தன்னுடைய குருநாதரிடம் விடைபெற்றுக்கொள்வதற்காக வந்தார்.

பட்டென்று அவர் குருநாதரின் காலில் விழுந்துவிட்டார். 'அட, எழுந்திருப்பா' என்று அவரைத் தூக்கிவிட்டார் குருநாதர், 'நல்லாஇரு' என்று வாழ்த்தினார்.

'ஐயா, உங்களுக்கு எப்படி நன்றிசொல்றதுன்னே தெரியலை' என்று நெகிழ்ந்தார் அந்த மாணவர், 'நான் ஒரு முட்டாளா இங்கே வந்தேன், எனக்கு எல்லாம் சொல்லித்தந்து புத்திசாலியா அனுப்பிவைக்கறீங்க! உங்களை ரசவாதக்கல்லுக்குதான் ஒப்பிடணும்.'

குருநாதர் சிரித்தார், 'எல்லா வாத்தியாருங்களும் இப்படிதானேடா, இது எங்க கடமை!'

'அப்ப எல்லா வாத்தியாருங்களும் ரசவாதக்கல்லுதான்' என்றார் மாணவர்.

ரசவாதக்கல் என்பது தங்கத்தைத் தகரமாக மாற்றிவிடும். அதுபோல, முட்டாளான மாணவனை ஆசிரியர் என்கிற ரசவாதக்கல் புத்திசாலியாக மாற்றிவிடுகிறது.

ஆனால், இந்தச் சொல்லை அந்த ஆசிரியர் ஏற்றுக்கொள்ள வில்லை, 'நீ சொல்ற உவமை தப்பு' என்றார்.

'ஏன் அப்படிச் சொல்றீங்கய்யா?' தான் ஏதோ தவறாகப் பேசிவிட்டோமோ என்கிற கவலையோடு விசாரித்தார் அந்த மாணவர்.

‘ரசவாதக்கல் என்ன செய்யும்?’

‘தகரத்தைத் தங்கமாக்கும்.’

‘இப்போ, அந்தத் தங்கத்தால இன்னொரு தகரத்தைத் தங்கமாக்க முடியுமா?’

‘ம்ஹூம், முடியாதே!’

‘நீ முட்டாளா இங்கே வந்தேன்னு சொல்றே, நான் உன்னைப் புத்திசாலியா மாத்தினேன்னு சொல்றே, இப்போ, நான் சொல்லித்தந்ததை வெச்சு உன்னால இன்னொரு முட்டாளைப் புத்திசாலியா மாத்தமுடியுமா?’

‘ஓ, முடியுமே!’

‘அப்படீன்னா, நான் உன்னைத் தங்கமா மாத்தலை, ரசவாதக்கல்லா மாத்தியிருக்கேன்’ என்றார் ஆசிரியர், ‘என் குருநாதர் எனக்கு இதைச் செஞ்சார், நான் உனக்குச்செய்யறேன், நீ நாளைக்கு இன்னும் பலருக்குச் செய்யணும். உலகம்முழுக்கத் தங்கமா, அதாவது, புத்திசாலிங்களா மாறணும், அதுதான் ஆசிரியரோட ஆசை, கடமை, கனவு எல்லாமே!’

ஆக, ஆசிரியர் என்பவர் வெறும் ரசவாதக்கல் அல்ல, ரசவாதக்கற்களை உருவாக்கும் கல்.

விளையாட்டுப் பயிற்சியாளர்களும் அப்படிதான். அவர்கள் துடிப்போடு விளையாடிக்கொண்டிருந்தபோது தங்களுடைய முழுத்திறமையையும் காட்டிப் பல போட்டிகளில் வெல்லவேண்டும் என்று போராடியிருப்பார்கள். இப்போது, அதே திறமையை வெளிப்படுத்திப் பலரைப் பல போட்டிகளில் வெல்லவைக்கிறார்கள். அந்த விளையாட்டை நன்கு விளையாடத் தெரிந்தவர்கள் பலரை உருவாக்கவேண்டும் என்கிற துடிப்புடன் இயங்குகிறார்கள், அவர்களுடைய வெற்றியில் இவர்கள் மனம் மகிழ்கிறார்கள், அவர்கள் தோற்றுப்போய்த் துவண்டால், நம்பிக்கை சொல்கிறார்கள்.

முன்பு அவர்களே போட்டியில் இருந்தபோது, வெற்றிதான் முக்கியமாகத் தெரிந்திருக்கும், தோல்விகளை வெறுத்திருப்பார்கள்.

ஆனால் இப்போது, அந்தத் தோல்விகள்தான் மிகமுக்கியமாகத் தோன்றுகின்றன. அவற்றிலிருந்து கற்றுக்கொண்ட பாடங்கள்தானே இப்போது அவர்களுடைய முதலீடு!

முன்பு அவர்களே விளையாடிக்கொண்டிருந்தபோது, உடலால் வென்றார்கள், இப்போது, உடல் ஓய்வுக்குத் தள்ளப்பட்டநிலையில் மூளையால் வெல்கிறார்கள்.

இதே விஷயத்தை அந்த அணியில் இருக்கும் இளம்வீரர்களின் பார்வையிலிருந்தும் காணலாம். புதுப்புது இடங்களுக்குச் சென்று விளையாடவேண்டும், பல நாடுகளைச்சேர்ந்த திறமைசாலிகளை எதிர்கொள்ளவேண்டும், இதுபோன்ற சவால்களைச் சமாளிப்பதற்கு ஓர் அனுபவம்வாய்ந்த வீரரின் வழிகாட்டுதல் அவர்களுக்குப் பயன்படும்.

அதனால்தான், குழு ஆட்டங்களில் தொடங்கித் தனிநபர் ஆட்டங்கள்வரை எங்கும் பயிற்சியாளர்களுக்கு மிகுந்த முக்கியத்துவம் தரப்படுகிறது. பயிற்சியாளரின் மூளை, விளையாடுபவரின் இளமை, உடல்தகுதி ஆகியவை சேரும்போது வெற்றி சாத்தியமாகிறது.

இதை விளையாட்டுக்கு வெளியிலும் பார்க்கலாம். ஒரு வங்கியில் பெரிய பொறுப்பில் பணியாற்றி ஓய்வுபெற்றவர், அதன்பிறகு ஒரு தனியார் நிறுவனத்தில் வேலைக்குச்சேர்கிறார். சம்பளத்துக்காகவா?

ஓய்வுபெற்று வீட்டில் இருந்தால் யாரும் மதிக்கமாட்டார்கள், நம் கையில் நாலு காசு இருக்கவேண்டும் என்பதற்காக வேலைக்குச் செல்கிறவர்கள் உண்டு. ஆனால், பெரும்பாலானோர் ஓய்வுக்குப்பிறகும் இன்னொரு வேலையைத்தேடிக்கொள்ளக் காரணம், தங்களுடைய திறமை, அனுபவம் வீணாகிவிடக்கூடாது என்பதுதான்.

எல்லாருக்கும் ஓய்வுக்குப்பிறகு இப்படியொரு வேலை கிடைத்துவிடுமா? கரும்புதின்னக் கூலியாகக் கைநிறையச் சம்பளமும் தருவார்களா?

ம்ஹூம், அதற்கும் உழைக்கவேண்டும், முன்னாலிருந்தே திட்டமிடவேண்டும்.

உதாரணமாக, ஒருவர் சென்ற தலைமுறையில் கிரிக்கெட் விளையாடியவர், இன்றைய கிரிக்கெட்டைப்பற்றி அவருக்கு எதுவுமே தெரியாது, 'இந்தக் காலப் பசங்கல்லாம் என்ன விளையாடறாங்க? அந்தக்காலத்துல நாங்கல்லாம் எப்படியிருந்தோம் தெரியுமா' என்று மூலையில் உட்கார்ந்து புலம்பிக்கொண்டிருக்கிறார் என்று வைத்துக்கொள்வோம், எந்த கிரிக்கெட் அணியாவது அவரைப் பயிற்சியாளராக நியமிக்குமா?

ம்ஹூம், சான்ஸே இல்லை!

ஏன்? அவரும் அனில் கும்ப்ளேபோல் திறமைசாலிதான், அனுபவஸ்தர்தான், அவருக்குப் பயிற்சியாளராக வேலை கொடுக்கலாமே!

திறமையும் அனுபவமும் போதாது, இன்றைய கிரிக்கெட்டும் தெரிந்திருக்கவேண்டும். இல்லாவிட்டால், அவர் இளைஞர்களுக்கு எதைச்சொல்லித்தருவார்? காலத்துக்கு ஒவ்வாத பழைய நம்பிக்கைகளையா?

ஆக, ஒரு துறையில் தொடர்ந்து இயங்கவேண்டும் என்று விரும்புகிறவர்கள் தங்களுக்குத் தரப்பட்ட வேலையைமட்டும் கவனித்தால்போதாது. சுற்றி என்ன நடக்கிறது என்று தொடர்ந்து பார்த்துக்கொண்டே இருக்கவேண்டும். குறிப்பாகப் பலவிதமான போக்குகளைக் கவனித்துத் தெரிந்துகொள்ளவேண்டும், அதற்கேற்பத் தன்னைப் புதுப்பித்துக்கொள்ளவேண்டும்.

ஆங்கிலத்தில் இதனை '*Continuous Learning*' என்கிறார்கள். நிறுத்தாமல் தொடர்ந்து கற்றுக்கொண்டே இருக்கவேண்டும்.

நம் ஊரில் பலர் கல்லூரியிலிருந்து வெளியே வந்ததும் கற்பதை நிறுத்திவிடுகிறார்கள். அதுவரை படித்ததைவைத்துப் பிழைத்துக்கொள்ளலாம் என்று எண்ணுகிறார்கள்.

ஆனால் அப்படி மூன்று வருடம் படித்ததை வைத்து முப்பது வருடம் வேலைபார்க்கிற சூழ்நிலையெல்லாம் இப்போது இல்லை. ஒவ்வொரு துறையிலும் நாளுக்குநாள் புதுவிஷயங்கள் வந்துகொண்டிருக்கின்றன. கொஞ்சம் அசந்தாலும் *Automation* எனப்படும் தானியங்கியாக்கம் மனிதர்களை, அதாவது, அவர்களுடைய வேலைகளைச் சாப்பிட்டுவிடும்.

அலுவலகக் கடிதங்களை முன்பு கையால் எழுதிக் கொண்டிருந்தார்கள், பிறகு, தட்டச்சு இயந்திரம் வந்தது. திடுதிப்பென்று ஊர்முழுக்க டைப்ரைட்டிங் இன்ஸ்டிட்யூட்கள். அங்கே படித்தால் வேலை நிச்சயம் என்கிற நம்பிக்கையில் இளைஞர்களெல்லாம் தட்டச்சு பழகினார்கள்.

அதன்பிறகு, கணினிகள் வந்தன. தட்டச்சு இயந்திரமே கதி என்று கிடந்தவர்களின் வேலைகளை கம்ப்யூட்டர் தெரிந்த இளைஞர்கள் பறித்துக்கொண்டார்கள்.

இப்போது, பேசப்பேசத் தட்டச்சு செய்யும் மென்பொருள்கள் வந்துவிட்டன. மேலதிகாரி சொல்வதைக் கேட்டுக் கணினியில் தட்டித்தரமட்டுமே தெரிந்தவர்களுக்கு இனி வேலையில்லை.

இப்படி ஒவ்வொரு துறையிலும் மாற்றங்கள் நிகழ்ந்து கொண்டேதான் இருக்கும். அதைக் கவனித்துக் கற்றுக் கொண்டவர்கள், அல்லது சரியானநேரத்தில் வேறுதுறைக்கு மாறியவர்கள்தான் நெடுநாள் வெல்லமுடியும்.

முன்னாள் வீரர்கள், இந்நாள் பயிற்சியாளர்களிடம் நாம் கற்றுக்கொள்ளவேண்டியது இந்தக் கவனிப்புக் குணத்தைதான். அவர்கள் இப்போது களத்தில் இறங்கி விளையாடாவிட்டாலும், விளையாடுகிற எல்லாரையும் கவனித்துப்பார்க்கிறார்கள், தங்களுடைய அனுபவத்தின் அடிப்படையில் அவர்களை எடைபோடுகிறார்கள், அவர்களுடைய குறைகள், நிறைகளைப்

புரிந்துகொள்கிறார்கள், தாங்கள் கற்றுக்கொண்டவற்றை இன்றைய மொழியில், இன்றைய இளைஞர்கள் ஏற்றுக்கொள்ளும்வகையில் சொல்கிறார்கள், புதிய மாற்றங்களை முன்னின்று வழிநடத்துகிறார்கள்... இந்தக் குணங்களெல்லாம் சேர்ந்த ஒரு பயிற்சியாளர் எந்த அணியையும் வெற்றிப்பாதையில் அழைத்துச்செல்வார்.

18ம் சுற்று

சமீபத்தில் பலரையும் கலங்கடித்த புகைப்படம் அது.

இந்தியத் தடகள வீராங்கனை ஒருவர், விமானத்தில் சாதாரண இருக்கையில் அமர்ந்து பயணம்செய்கிறார்.

இது ஒரு பெரியவிஷயமா? பல பெரிய பிரபலங்கள்கூட விமானத்தில் சாதாரண இருக்கையில்தான் பயணம்செய்வதாகச் சொல்கிறார்கள். ஆடம்பரம் எதற்கு? எளிமை போதுமே.

உண்மைதான். ஆனால், அந்தப் புகைப்படத்தின் மறுபக்கத்தைப் பார்த்தால்தான் அதிலிருக்கும் அநீதி புரியும்.

அந்தத் தடகள வீராங்கனை சும்மா ஊர்சுற்றச் செல்லவில்லை. ஒலிம்பிக்ஸில் கலந்துகொள்வதற்காகச் செல்கிறார்.

அவரோடு, சில அதிகாரிகளும் வருகிறார்கள். அவர்களெல்லாம் முதல்வகுப்பில் ஆடம்பரமாகப் பயணம்செய்கிறார்கள், இவருக்கு மட்டும்தான் சாதாரண வகுப்பு.

விமானப் பயணம் என்றால் சொகுசு என்று பலரும் நினைப்பதுண்டு. உண்மையில் விமானத்தின் சாதாரண

வகுப்பில் பயணம் செய்வது மகாகொடுமையான விஷயம். அரைமணி நேரம், ஒருமணி நேரம் என்றால் சமாளிக்கலாம், பலமணிநேரங்கள் ஒரேமாதிரி குறுக்கி உட்கார்ந்துகொண்டு காலைக்கூட நீட்டமுடியாமல், எழுந்து சிறிதுநேரம் காற்றாட நடக்கமுடியாமல், தூங்கமுடியாமல் நொந்துபோகவேண்டியதுதான்.

அதே விமானத்தின் முதல்வகுப்பு அல்லது பிஸினஸ்க்ளாஸ் இருக்கைகளைப் பார்த்தால், நன்கு சவுகர்யமாக இருக்கும். ஒவ்வோர் இருக்கையும் பெரியதாக, கால்நீட்ட வசதியாக அமைத்திருப்பார்கள். அங்கே நான்கு இருக்கைகள் இருக்கும் இடத்தில் இங்கே ஆறு அல்லது அதற்குமேற்பட்ட இருக்கைகளை அமைத்துவிடுவார்கள்.

அதற்கேற்ப, முதல் வகுப்புச் சீட்டுகளின் விலையும் அதிகம். சாதாரண வகுப்புச் சீட்டுகள் விலை குறைவு. அதனாலேயே அவற்றை *Economy Class* என்பார்கள்.

இப்போது, ஒரே விமானத்தில் இரண்டுபேர் பயணம் செய்கிறார்கள், ஒருவர் சாதாரண வகுப்பில், இன்னொருவர் முதல் வகுப்பில்.

பலமணிநேரம் பறந்தபிறகு, அவர்கள் தரையிறங்குகிறார்கள். இவர்களில் யார் அதிகக் களைப்போடு இருப்பார்?

இதிலென்ன சந்தேகம்? சாதாரண வகுப்பில் பயணம் செய்தவர்தான் களைப்பாகக் காணப்படுவார்!

நமக்குத்தெரிகிற இந்த விஷயம், அதிகாரிகளுக்குத் தெரிய வில்லையே. வெளிநாடு சென்று விளையாடவேண்டியவரைச் சகல சவுகர்யங்களோடும் அழைத்துச்செல்லாமல் சாதாரண வகுப்பில் அமரவைத்துவிட்டு, போட்டியை ஒருங்கிணைக்கச் செல்லும் அதிகாரியை முதல்வகுப்பில் அனுப்புகிறார்களே.

இந்தியாவில் பலதுறைகளில் மலிந்திருக்கும் ஊழலோடு ஒப்பிடும்போது, இது ஒரு சாதாரண விஷயம். ஏதோ, அந்தத்

தடகள வீராங்கனைக்குச் சாதாரண வகுப்பிலாவது டிக்கெட் வாங்கித்தந்தார்களே என்று நாம் சந்தோஷப்படவேண்டும்.

இப்போது, கிட்டத்தட்ட இதேமாதிரியான, ஆனால் சற்றே வித்தியாசமான ஒரு விஷயம்.

ஒரு சாஃப்ட்வேர் நிறுவனம், அவர்களுக்கு வெளிநாட்டிலிருந்து ஒரு பெரிய பணி வந்திருக்கிறது, அதைச் செய்வதற்காக நான்கைந்து இளைஞர்கள் அமெரிக்காவுக்குக் கிளம்புகிறார்கள்.

அவர்களோடு, ஒரு மூத்த அதிகாரியும் வருகிறார். அவர்தான் அந்தப் புதிய வாடிக்கையாளரைச் சந்தித்துப் பேசப்போகிறார், இவர்களை அறிமுகப்படுத்திப் பணியைத் தொடங்கிவைக்கப்போகிறார்.

இவர்கள் எல்லாரும் ஒரே விமானத்தில்தான் செல்கிறார்கள், ஆனால், இளைஞர்களுக்குச் சாதாரண வகுப்பில் டிக்கெட், மூத்த அதிகாரிக்கு முதல்வகுப்பு.

அமெரிக்கா சென்றபிறகும், இளைஞர்கள் இரண்டிரண்டு பேராகச் சாதாரண அறையில் தங்குகிறார்கள், அதிகாரி தனியாகச் சொகுசு அறையில் தங்குகிறார்.

அந்த நிறுவனம் செய்வது சரியா? நாள்முழுக்க மாங்குமாங்கென்று கணினியில் ப்ரொக்ராம் எழுதப்போகும் உழைப்பாளிகளுக்குச் சாதாரண கவனிப்பு, சும்மா கைகுலுக்கி ஹலோ சொல்லப்போகும் அதிகாரிக்குப் பெரிய கவனிப்பா?

இதற்கு நிறுவனத்தின் தரப்பில் ஒரு பதில் வைத்திருப்பார்கள், 'எங்களிடம் வேலைபார்க்கிற ஒவ்வொருவருடைய பதவி அடிப்படையில் அவர்களுக்குச் சில பயண சவுகர்யங்கள் உண்டு, அவற்றைத்தான் நாங்கள் செய்துதருகிறோம்.'

அதாவது, இந்தப் பொறுப்பில் உள்ளவர் பயணம்செய்யும்போது அவருக்கு இப்படிப்பட்ட பயணச்சீட்டு வாங்கலாம், இப்படிப்பட்ட அறையில் அவரைத் தங்கவைக்கலாம்

என்று அந்நிறுவனம் கொள்கை வகுத்திருக்கும், அதன் அடிப்படையில்தான் அந்த வசதிகள் தரப்படும்.

அந்த இளைஞர்கள் வருடத்துக்கு இரண்டு நாள்தான் விமானத்தில் (கஷ்டப்பட்டுக்கொண்டு) பயணம் செய்யப்போகிறார்கள். ஆனால், அந்த அதிகாரி, இன்றைக்கு அமெரிக்காவில் இந்த வாடிக்கையாளரைச் சந்தித்துப் பேசிவிட்டு, நேராக லண்டனுக்குப் பறக்கப்போகிறார், அங்கே அதிகாலையில் இன்னொரு வாடிக்கையாளரைச் சந்தித்துவிட்டு ஆஸ்திரேலியாவுக்கு ஓடவேண்டும், மறுபடி அவர் தன் சொந்த ஊருக்குச் சென்று குடும்பத்தினரைச் சந்திக்கப் பல வாரங்களாகிவிடும்.

இந்த ஓட்டத்துக்காகதான், அவருக்கு அந்தச் சவுகர்யங்கள். எப்படியும் ஓடுவது என்றாகிவிட்டது, கொஞ்சம் சவுகர்யமாக ஓடட்டுமே!

இதனால் அந்த ஒலிம்பிக் அதிகாரி செய்தது நியாயமாகிவிடாது. ஆனால், இதுபோன்ற ஏற்றத்தாழ்வுகள் எல்லா இடங்களிலும் உண்டு என்பதையும் நினைத்துப்பார்க்கவேண்டும்.

ஒருவேளை, அந்த ஒலிம்பிக் அதிகாரிக்கு இந்த விஷயமே தெரியாமல் இருந்திருக்கலாம். அவருடைய அலுவலகத்தில் பயணச்சீட்டுகளைப் பதிவுசெய்தவர், 'சாருக்கு உசத்தி டிக்கெட், மத்தவங்களுக்குச் சாதாரண டிக்கெட்' என்றெண்ணிச் செயல்பட்டிருக்கலாம்.

அந்த அதிகாரியும் சரி, அடுத்து சொன்ன சாஃப்ட்வேர் நிறுவன அதிகாரியும் சரி, தங்களுடன் பணிபுரிகிறவர்கள் சாதாரண வகுப்பில் பயணம் செய்கிறார்கள் என்பதைக் கேள்விப்பட்டிருந்தால், சட்டென்று 'எனக்கும் அதே டிக்கெட் போதும்' என்று சொல்லியிருப்பார்கள். அதிகாரி என்பதாலேயே தனக்கு இரண்டு கொம்பு முளைத்துவிட்டதாகக் கருதுகிறவர்கள் குறைவுதான்.

எந்தவொரு நிறுவனத்தின் வளர்ச்சிக்கும் இந்த இருவிதமான

திறமைசாலிகளும் தேவைப்படுவார்கள்: களத்தில் இறங்கிப் பணியாற்றுகிறவர்கள், புத்தியை உழைப்பாகத்தருகிறவர்கள்.

நாம் இரண்டாவது வகையில் உள்ளபோது, முதல்வகையினரை மறைமுகமாகக் கேலி செய்கிறோம், 'எங்க மேனேஜருக்கு என்ன தெரியும்? நாள்முழுக்க ஈமெயில் அனுப்புவாரு, அவ்ளோதான்!' என்கிறோம்.

ஆனால், காலவோட்டத்தில் நாமே மேனேஜராகும்போது, அந்த 'நாள் முழுக்க ஈமெயில் அனுப்புவது' எப்பேர்ப்பட்ட மூளை உழைப்பு என்பது புரிகிறது. அதுவும் நிறுவனத்தின் வளர்ச்சிக்கு மிக முக்கியம், அதனால்தான் அவருக்குக் கூடுதல் சம்பளம், வசதிகள், மரியாதை என்று விளங்குகிறது.

ஒருவர் பிரமாதமாகச் சமைக்கிறார், ஆனால், வருமானம் போதவில்லை, கஷ்டப்படுகிறார்.

அவருடைய நண்பர் ஒருவர், அவருக்குச் சமைக்கவே தெரியாது. ஆனால், தொழில்சூட்சுமங்களை நன்கு அறிந்திருக்கிறார்.

அவர் இந்த நண்பரை அழைத்துப்பேசுகிறார், 'நீயே சொந்தமா ஒரு கேடரிங் சர்வீஸ் ஆரம்பிக்கலாமே, ஏன் மாசச்சம்பளத்துக்குக் கண்டவன்கிட்ட கைகட்டி நிக்கறே?'

'அதெல்லாம் நமக்குச் சரிப்படாதுப்பா!'

'அப்படி நினைச்சா என்னிக்கும் தொழிலாளியாவே இருக்க வேண்டியதுதான்' என்கிறார் அந்த நண்பர், 'நீ தைரியமா வெளியே வா, நாம ரெண்டுபேரும் சேர்ந்து தொழில்பண்ணலாம்.'

சொன்னதுபோல, அவரே ஒரு நிறுவனத்தைத்தொடங்குகிறார். இவருடைய சமையல்திறனை முன்வைத்து விளம்பரங்கள் செய்கிறார், பலரைச் சென்றுபார்த்து ஆர்டர் பிடிக்கிறார், செய்தித்தாளில், பத்திரிகைகளில், இணையத்தில் விளம்பரம் தந்து கொஞ்சம்கொஞ்சமாக அவர்களுடைய நிறுவனத்தைப் பெரிதாக்குகிறார், கூடுதல் ஆள்களை வேலைக்குச்சேர்த்துத் தொழிலை விரிவுபடுத்துகிறார்.

இப்போதும், அந்தச் சமையல் கலைஞர் பழையபடி தன்னுடைய சமையல் வேலையைத்தான் கவனிக்கிறார், ஆனால், முன்பைவிடப் பலமடங்கு வருமானம், மகிழ்ச்சியாக இருக்கிறார்.

அந்த நேரத்தில், இந்த இருவருக்கும் தெரிந்த இன்னொரு நண்பர் வருகிறார், அந்தச் சமையல்காரரைத் தனியே சந்தித்துப் பேசுகிறார், 'ஏன்ய்யா இப்படி முட்டாளா இருக்கே?'

இவருக்கு ஒன்றும் புரியவில்லை, 'முட்டாளா? நானா?' என்கிறார்.

'ஆமா, உன்னைவெச்சு அவன் சம்பாதிக்கறானே, அது உனக்குத் தெரியலையா?'

சமையல்காரர் வாய்விட்டுச் சிரிக்கிறார், 'டேய், நீதான் முட்டாள்!' என்கிறார், 'அவன் என்னைவெச்சுச் சம்பாதிக்கலை, நாங்க ரெண்டுபேரும் சேர்ந்து பிஸினஸ் பண்றோம், நான் உள்ளே கரண்டியோட போராடறேன், அவன் கோட்டும் சூட்டும் போட்டுக்கிட்டு வெளியே போராடறான், அவ்வளவுதான்.'

'நீ அடுப்படியிலே வேகறே, அவன் ஏஸியில உட்கார்ந்திருக்கான், அது உனக்குத் தெரியலையா?'

'அதுக்காக நான் ஏஸியில உட்கார்ந்துகிட்டுச் சமைக்கமுடியுமா?' சிரித்தபடி துண்டால் முகத்தைத் துடைத்துக்கொள்கிறார் அவர், 'எங்களுக்குள்ள சண்டை மூட்டிவிடணும்ன்னு முயற்சி பண்ணாதே, மொதல்ல இங்கேர்ந்து கிளம்பு!'

இந்தச் சமையல்காரர், நண்பர் பாத்திரங்களை நாம் அநேகமாக ஒவ்வொரு துறையிலும் பார்க்கலாம். ஒருவருடைய திறமையை, இன்னொருவர் சந்தைப்படுத்துகிறார், அதன்மூலம் இருவருமே பலன்பெறுகிறார்கள்.

முக்கியமான கேள்வி, இதில் நாம் எந்தவிதம்?

உதாரணமாக, நீங்கள் ஒரு பிரமாதமான ஓவியர். ஆனால்,

உங்களுடைய ஓவியங்களின் சிறப்பை எடுத்துச்சொல்லி அவற்றை விற்கின்ற திறமை உங்களுக்கில்லை. அல்லது, அவ்வாறு செய்வதற்குக் கூச்சப்படுகிறீர்கள், 'நம்மைப்பற்றி நாமே பேசுவதா' என்று தயங்குகிறீர்கள்.

ஆனால், இன்றைய உலகில் தன்னைப்பற்றிப் பேசிக் கொள்ளாதவருடைய சரக்கு விலைபோகாது, அவருடைய திறமையை வேறுயாராவது பயன்படுத்திக்கொண்டு கொழிப்பார்கள்.

அதற்குப் பதிலாக, அந்தத் துறையின் சிறந்த படைப்புகளைச் சந்தைப்படுத்தத் தெரிந்த ஒருவரோடு நீங்களே கூட்டணி சேர்ந்துகொள்ளலாம். இதனால் இருவருக்குமே நன்மை.

மாறாக, உங்களுக்கே சந்தைப்படுத்துதலில் ஆர்வம் இருக்கலாம்; அல்லது அதனைக் கற்றுக்கொள்ளும் விருப்பம் இருக்கலாம். அப்போது, அதற்கென்று நேரம் செலவிட்டு உங்கள் படைப்புகளை (அல்லது மற்றவர்களுடைய படைப்புகளை) எல்லாருக்கும் கொண்டுசெல்லலாம்.

முன்பெல்லாம் இரண்டு, மூன்றுபேர் இணைந்து தொழில் தொடங்கும்போது *Sleeping Partner, Working Partner* என்ற பதங்களைப் பயன்படுத்துவார்கள். அதாவது, காசுபோடுகிறவர், உழைப்பைப்போடுகிறவர்.

இப்போது *Working Partner* என்பதையே இரண்டுவிதமாகப் பிரிக்கவேண்டியுள்ளது: *Content Provider, Marketer*.

இதில் *Content Provider*தான் தொழிலுக்குத் தேவையான சரக்கை உருவாக்குகிறவர். அந்தச் சரக்கு தோசை, இட்லியாக இருக்கலாம், ஓவியம் அல்லது சிலை அல்லது சினிமா அல்லது கவிதையாக இருக்கலாம், ஒரு சிறந்த அறிவியல் கண்டுபிடிப்பாக இருக்கலாம்... இவர்கள்தான் அந்நிறுவனத்தின் உயிர்நாடி, இவர்களுடைய தயாரிப்பை வைத்துதான் அந்நிறுவனம் சந்தையைச் சந்திக்கப்போகிறது.

அதேசமயம், வெறுமனே *Content Provider*ஐமட்டும் நம்பிச் சந்தைக்குச் சென்றால், ஏமாற்றம்தான் மிஞ்சும். என்னதான் சிறந்த படைப்பாக இருந்தாலும், ஏற்கெனவே இருக்கிற போட்டிக்கு நடுவே அதைப் பளிச்சென்று எடுத்துக்காட்டிப் பெரும்பான்மை மக்களிடம் கொண்டுசெல்வது சிரமம். அதற்குதான் *Marketer*.

இந்தச் சொல்லிலேயே *'Market'* உள்ளதைக் கவனியுங்கள், இவர்கள் சந்தையை நன்கு அறிந்துவைத்திருப்பார்கள், அங்குள்ள வாடிக்கையாளர்களுக்கு என்ன தேவை, அதோடு நம் சரக்கு எப்படிப் பொருந்துகிறது, அதை எப்படிச்சொன்னால் அவர்கள் ஏற்றுக்கொள்வார்கள் என்றெல்லாம் சிந்திக்கிறார்கள், சொல்லவேண்டியவிதத்தில் அதனை அறிமுகப்படுத்துகிறார்கள்.

*Content Provider*ஐ நம்பிதான் ஒரு நிறுவனமே இருக்கிறது. என்றாலும், சில நேரங்களில் அவரைவிட *Marketer* அதிகம் சம்பாதிக்கக்கூடும். அது அநியாயமல்ல, எதார்த்தம்.

காரணம், என்னதான் சரக்கு சிறப்பாக இருப்பினும், அவர்தான் அந்தச் சிறந்த சரக்கை வாங்கக்கூடியவர்களிடம் சரியாகக் கொண்டுசெல்கிறார், அதன்மூலம் அந்த *Content Provider*க்கும் பெயரை, புகழை ஈட்டித்தருகிறார்.

*Sleeping Partner*ஆக இருக்கப் பணம் போதும், *Content Provider*ஆக இருக்கத் திறமை போதும், ஆனால், *Marketer*ஆக இருக்கக் கூர்மையான சந்தை அறிவும் தொடர்ச்சியாகத் தன்னைப் புதுப்பித்துக்கொள்ளும் விருப்பமும் வேண்டும். இன்றைய உலகில் அதற்குதான் அதிக மரியாதை!

19ம் சுற்று

சிந்து!

கடந்த சில வாரங்களாக இந்தியாவில் அதிகம் உச்சரிக்கப்படும் பெயர் இதுதான். காரணம், ரியோ ஒலிம்பிக்ஸில் அவர்பெற்ற வெள்ளிப்பதக்கம்.

நம் நாட்டில் கிரிக்கெட் தவிர்த்த மற்ற விளையாட்டுகள் அதிகப்பேருக்குத் தெரிந்திருக்காது. விளையாட்டுகளுக்கே இந்தக் கதி என்றால், விளையாட்டு வீரர்களை யார் தெரிந்து வைத்திருப்பார்கள்?

பி.டி.உஷா, மில்கா சிங், விஸ்வநாதன் ஆனந்த், சானியா மிர்ஸா, லியாண்டர் பியாஸ், மகேஷ் பூபதி, சாய்னா நேஹ்வால் என்று இந்தியர்கள் அறிந்துவைத்திருக்கும் கிரிக்கெட்டல்லாத வீரர்களின் பட்டியல் மிகச்சிறியது. எப்போதாவது ஒலிம்பிக்ஸ் போன்ற போட்டிகளில் பதக்கம் வாங்கும் வீரர்கள் தாற்காலிகமாக இப்பட்டியலில் இடம்பெறுவார்கள். பிறகு, காணாமல்போய்விடுவார்கள்.

ஆனால், சிந்து அப்படியல்ல. இனிமேல்தான் இந்தியர்கள் அவரை அதிகம் கவனிக்கப்போகிறார்கள் என்று தோன்றுகிறது.

காரணம், அவர் பதக்கம் பெற்றது வெறும் செய்தியல்ல. அரையிறுதிப்போட்டியில் அவர் விளையாடியவிதம் இந்தியர்களுக்குப் பெரும் வியப்பைத்தந்தது. அவர்களைப் பொறுத்தவரை ஒரு புதிய நாயகி உருவாகிவிட்டார்.

இதனால்தான், அவர் விளையாடிய இறுதிப்போட்டியைக் கிரிக்கெட்டுக்கிணையாக மக்கள் ஆர்வத்துடன் பார்த்தார்கள். பேட்மின்டன் என்றால் என்ன என்றே தெரியாதவர்கள்கூட சிந்து ஜெயித்துவிடமாட்டாரா என்று ஏங்கினார்கள், இந்தியாவில் இந்த அளவு உணர்ச்சிவயப்பட்ட ஒரு ரசிகர்கூட்டத்தைக் கிரிக்கெட்டுக்கு வெளியே எந்த வீரரோ வீராங்கனையோ பெற்றதில்லை.

இத்தனை பரபரப்புக்கும் காரணம், ஒரு பதக்கம்தானா? எப்படியாவது ஒரு தங்கம் கிடைத்துவிடாதா என்பதால்தான் இந்தியர்கள் அந்தப் போட்டியைப் பார்த்தார்களா?

2008ம் ஆண்டு, பீஜிங்கில் அபினவ் பிந்த்ரா துப்பாக்கி சுடுதலில் தங்கம் வென்றார். அந்தப் போட்டியை யாராவது பார்த்தார்களா? ‘கமான் அபினவ்’ என்று அவருக்கு ஊக்கம் தந்தார்களா?

இன்றுவரை இந்தியாவில் தனிநபர் தங்கம் வாங்கியிருக்கிற ஒரே நபர் அபினவ் பிந்த்ராதான். அவருக்குக்கூடக் கிடைக்காத கௌரவத்தை, பதக்கம் வாங்குவதற்கு முன்பாகவே சிந்து பெற்றது எப்படி?

ஒருவேளை சிந்து தங்கப்பதக்கம் வெல்வார் என்பதற்காக இந்தியர்கள் அந்த இறுதிப்போட்டியைப் பார்த்திருந்தால், அவர் தோல்வியடைந்ததும் பல கோபக்கணைகள் பாய்ந்திருக்கும், வெல்லாதவர்களை இரக்கமின்றித் தண்டிக்கிறவர்கள், புறக்கணிக்கிறவர்கள் நாம்.

ஆனால், சிந்து தோல்வியடைந்தபோதும், ஊடகங்களும் மக்களும் அவரைப் பரிவுடனே அணுகினார்கள், ‘அடுத்த ஒலிம்பிக்ஸ்ல தங்கம் நமக்குதான்’, ‘நம்பர் 1 வீராங்கனையை இந்த

அளவு சுத்தியடிச்சதே பெரிய விஷயம்’, ‘வெள்ளிப்பதக்கமும் பெரிய விஷயம்தானே!’ என்றெல்லாம் ஆறுதல் சொன்னார்கள்.

இது நமக்கு முற்றிலும் புதிதான ஒரு விஷயம். மிகுந்த எதிர்பார்ப்புடன் விளையாடவந்த வேறெந்த விளையாட்டு வீரரிடமும், அணியிடமும் நாம் இப்படிப் பெருந்தன்மையோடு நடந்துகொண்டதே கிடையாது!

உதாரணமாக, ஐந்து போட்டிகளைக்கொண்ட ஒரு கிரிக்கெட் தொடரில், நம் அணி நான்கு போட்டிகளில் வெல்கிறது. அதன்பிறகு, ஐந்தாவதாக நடக்கும் போட்டியில் தோற்றுவிடுகிறது, தொடரை 4:1 என்ற கணக்கில் கைப்பற்றுகிறது.

அப்போதும், ‘அந்த ஐந்தாவது போட்டியையும் ஜெயிச்சிருக்கலாமே’ என்றுதான் இந்திய ‘ரசிகன்’ கேட்பான். அதுதான் நம் வழக்கம்.

அட, அவ்வளவு ஏன், முன்னூறு ரன் எடுத்த ஒரு வீரர் அவுட்டானதும், வாழ்நாளில் ஒருபோதும் கிரிக்கெட் மட்டையைத் தொட்டிராத ஒருவன்கூட, ‘மடப்பயலே, பந்தைப் பாத்து விளையாடக்கூடாதா’ என்பான். அந்த அளவுக்கு ‘இன்னும் இன்னும் இன்னும்’ என்கிற வெறி நமக்குள் ஊறியிருக்கிறது.

அந்தக் கண்ணோட்டத்துடன் பார்க்கும்போது, ‘ஏன் தங்கப் பதக்கம் வாங்கலை?’ என்று இந்திய ரசிகர்கள் சிந்துமீது கோபப்படாமலிருப்பது ஆச்சர்யமே. போட்டியின் தன்மை, எதிர்த்து விளையாடுபவரின் திறமை, மற்ற அம்சங்களையெல்லாம் யோசித்துப்பார்த்து இந்தத் தோல்வியும் ஒருவிதத்தில் வெற்றிதான் என்று எடுத்துக்கொள்ளும் முதிர்ச்சி அவர்களுக்கு எங்கிருந்து வந்தது?

முதிர்ச்சியுமில்லை, ஒரு மண்ணாங்கட்டியும் இல்லை, சிந்து வேறொரு வழியில் அவர்களைக் கவர்ந்துவிட்டார், ஆகவே, அவரது தோல்வியைக்கூட அவர்கள் மகிழ்ச்சியுடன் ஏற்றுக்கொண்டுவிட்டார்கள்.

நம் நாட்டில் இருக்கும் வசதிகளை வைத்துக்கொண்டு பேட்மின்டனில் உலக சாம்பியன் ஆவது எளிதல்ல. சிந்து இந்த அளவுக்கு முன்னேறியதே பெரிய விஷயம். ஆனால், அதையெல்லாம் நம்மவர்களிடம் விளக்கிக் கொண்டிருக்கமுடியாது, விளக்கினாலும் அவர்களுக்குப் புரியாது.

மாறாக, சிந்து தன்னுடைய உடல்மொழியாலேயே இந்தியர்களுக்கு ஒரு விஷயத்தைப் புரியவைத்தார், 'நான் ஜெயிக்கப்பிறந்தவள், யார் என்ன தந்திரம் செய்தாலும் விடமாட்டேன், என் இலக்கை நோக்கி முன்னேறுவேன்!'

இந்தச் சொற்களைச் சிந்து வாயால் சொல்லவில்லை, ஆனால், அவருடைய அந்த அரையிறுதிப்போட்டியைப் பார்த்த எல்லாரும் அதனைக் கச்சிதமாக உணர்ந்திருப்பார்கள். அதுதான் உடல்மொழி, எல்லாருக்கும் சரியாகச் சென்றுசேர்ந்துவிடும்!

ஒவ்வொருமுறை வெல்லும்போதும் சிந்து முகத்தில் தென்பட்ட ஆக்ரோஷமும், பந்தைத் தாக்கிய உறுதியும், கத்தியவிதமும், கைகளை முறுக்கியதன்மையும் இந்திய ரசிகர்களை வெகுவாகக் கவர்ந்திருக்கும். இதற்குச் சான்றாக, அடுத்த சில நாள்களில் பத்திரிகைகளில் வந்த அவரது புகைப்படங்களைப் பார்த்தாலே போதும்: பல்வேறு முகத்தோற்றங்கள், கை அசைவுகள், நிற்கும்விதம், கண்ணில் தெரிந்த கூர்மை... இவைதான் திரும்பத்திரும்பப் பிரசுரிக்கப்பட்டன, அவற்றை எத்தனைமுறை பார்த்தபோதும் இந்தியர்களுக்குச் சலிக்கவில்லை!

முக்கியமான விஷயம், சிந்து இந்த உடல்மொழியை வெளிப்படுத்தியது ரசிகர்களுக்காக அல்ல, தன்னோடு விளையாடும் எதிராளிகளுக்காக!

அதாவது, தன்னை எதிர்த்து நிற்பவரிடம் 'நான் உன்னை விடச் சிறந்தவள்' என்று சொல்லவேண்டும், அதை நேரடியாகச்சொன்னால் வெற்றுச்சவடால் ஆகிவிடும், அதனை ஆட்டத்தில் வெளிப்படுத்தவேண்டும், வென்றுகாட்டவேண்டும்,

இதற்கெல்லாம் அவர் தனது உடல்மொழியைப் பயன்படுத்திக் கொண்டார்.

இந்தியர்களுக்கு இது மிகவும் புதிது. கிரிக்கெட்டில்கூட, விளையாடும்விதத்தில் ஆவேசத்தைக்காட்டிய வீரர்களைத்தான் அவர்கள் பார்த்திருக்கிறார்கள், உடல்மொழியைப் பயன்படுத்தி எதிராளிக்குக் கிலியூட்டி வென்றவர்களைப் பார்த்ததில்லை.

சிந்து அதைத்தான் செய்தார். அவரது அசைவுகள் ஒவ்வொன்றும் எதிர்த்து விளையாடுகிறவர்களைப் பயமுறுத்தின. உலகின் நம்பர் 1 வீராங்கனையுடன் விளையாடும்போதுகூட, அவரிடம் பயமோ தயக்கமோ இல்லை.

உண்மையில் அவர் பயப்படவில்லை என்று நாம் சொல்ல இயலாது. உள்ளுக்குள் பயம் இருந்திருக்கலாம், ஆனால் அதை அவர் வெளிக்காட்டிக்கொள்ளவில்லை. மிகுந்த துணிவோடு எல்லாரையும் சந்தித்தார். 'வெற்றியாவது தோல்வியாவது, அதெல்லாம் இரண்டாம்பட்சம், நான் இந்த விளையாட்டில் ராணி, அது எனக்குத் தெரியும்' என்று சொல்லாமல் சொன்னார். அதனால்தான் அவர் தோற்றபோதும் இந்தியர்கள் அதனைப் பொருட்படுத்தவில்லை. அவர் தனது முழுத்திறமையைக் காட்டிவிட்டார் என்பதில் திருப்தியடைந்தார்கள்.

இது எதேச்சையாக அமைந்த விஷயமில்லை. சிந்து தனது குருநாதரான கோபிசந்திடம் சேர்ந்தபோது, உடல்மொழியை வெளிப்படுத்துவதன் முக்கியத்துவத்தைப்பற்றித் தெரிந்து கொண்டிருக்கிறார். உளவியல்ரீதியில் அதனை ஓர் ஆயுதமாகப் பயன்படுத்தி எதிராளியைத் தோற்கடிக்கலாம் என்று புரிந்துகொண்டார்.

அதற்காக, சும்மா கத்திக்கொண்டிருந்தால் வென்றுவிடமுடியாது, திறமையும் வேண்டும், அதனை வெளிப்படுத்தவும் தெரிய வேண்டும், இந்த இரண்டும் சேரும்போதுதான் வெற்றிக்கான சாத்தியங்கள் அதிகரிக்கும்.

ஒருவேளை, இந்த இரண்டும் சேர்ந்த இருவர் மோதினால்?

அப்போது, அவர்களுக்கிடையிலான போர் வெவ்வேறு தளங்களில் நிகழும்: மைதானத்தில் நடைபெறும் பந்தாட்டப்போர் ஒருபக்கம், உடல்மொழிப்போர் இன்னொருபக்கம்!

சிந்து விளையாடிய இறுதிப்போட்டியின்போது இதனை நன்றாகக் காணமுடிந்தது. அவரை எதிர்த்தாடிய கரோலினா மரினும் தனது முழுத்திறமையைக் காண்பித்து ஆடினார், அதேசமயம் உடல்மொழியிலும் தனது முதல்நிலையை நிரூபித்தார். இந்த இரு வீராங்கனைகளும் தங்களுடைய வெற்றிகளைக் கொண்டாடியவிதமும், எதிராளியின் தோல்விகளை வலியுறுத்திப்பேசி அவர்கள்மீது அழுத்தத்தைப் பெருக்கியவிதமும் அபாரமாக இருந்தது.

ஆனால், இப்படி உடல்மொழியின்மூலம் எதிராளிக்குப் பதற்றமுண்டாக்குவது சரிதானா? கிரிக்கெட்டில் *Sledging* என்பதைக் கேவலமாகப் பேசுகிறோமே, அந்தக் கோணத்தில் பார்க்கும்போது சிந்து மைதானத்தில் கத்துவது பிழையில்லையா?

Sledging என்பது, எதிராளியை அவமானப்படுத்தும்படி பேசுவதாகும். உதாரணமாக, ஒருவருடைய உயரத்தைக் கேலிசெய்வது, அவரது குடும்பத்தினரைப்பற்றித் தவறாகப் பேசுவது, இதன்மூலம் அவரது கவனத்தைக் குலைப்பது, தோல்வியடையச்செய்வது. விளையாட்டு விதிமுறைகளின்படி பார்க்கும்போது, இது ஒரு குற்றச்செயல்.

ஆனால், சிந்து, கரோலினா இருவரும் ஒருவரையொருவர் அவமானப்படுத்திக்கொள்ளவில்லை, ஒவ்வோர் அடியிலும் தன்னம்பிக்கையைக் காட்டினார்கள், தங்கள் வெற்றிகளைப் பெரிய அளவில் கொண்டாடினார்கள், அதன்மூலம், எதிரியின் பலவீனத்தை அவருக்குச் சுட்டிக்காட்டினார்கள்.

இந்த உளவியல்போர் எல்லாத்துறைகளிலும் நடந்து கொண்டிருக்கிறது. இன்றைக்கு வெல்லவிரும்புகிறவர்களுக்கு வெறும் திறமைபோதாது, எதிராளிக்கு மன அழுத்தத்தை உண்டாக்குகிற திறன் வேண்டியிருக்கிறது, ஆனால் அதற்காக, சட்டவிரோதமாக எதையும் செய்துவிடலாகாது.

உதாரணமாக, ஓர் அலுவலகத்தில் நான்கு பேர் ஒரே நேரத்தில் வேலைக்குச் சேர்கிறார்கள் என்றால், அவர்கள் ஒவ்வொருவரும் 'இந்தக் குழுவில் நான்தான் உசத்தி' என்பதை வெளிக்காட்டும்விதமாக நடந்துகொள்ளவேண்டியிருக்கிறது. வேலையில்மட்டுமல்ல, நடை, உடை, பாவனைகளில் அது பிரதிபலிக்கவேண்டும். அப்போதுதான் சக ஊழியர்களுக்கு ஓர் அழுத்தம் வரும், மேலதிகாரிகளும் அவரைக் கவனிப்பார்கள்.

அதேபோல், மற்றவர்கள் தரும் மன அழுத்தத்தைச் சகஜமாக எடுத்துக்கொண்டு வேலையைக் கவனிக்கவேண்டும். எதற்கெடுத்தாலும் பதறிக்கொண்டிருந்தால் கட்டுப்படியாகாது.

உதாரணமாக, அதே நான்கு பேரில் ஒருவருக்கு வெளிநாடு சென்று பணியாற்றும் வாய்ப்பு கிடைக்கிறது. வேண்டுமென்றே இன்னொருவர் அவரிடம் வந்து, 'உனக்குச் சரியா இங்கிலீஷ் பேச வராதே, அங்கே போய் எப்படிச் சமாளிப்பே?' என்று கொளுத்திப்போடுகிறார்.

அவர் உண்மையிலேயே இவர்மீது அக்கறையுடன் கேட்டிருந்தால் பரவாயில்லை. ஆனால், ஆங்கிலம் போதாது என்கிற தாழ்வுமனப்பான்மையை இவர் மனத்தில் உருவாக்கி இவரைத் தடுமாறச்செய்வதுதான் அவருடைய நோக்கம் என்றால், 'அதெல்லாம் ஒண்ணுமில்லை, ஐ கேன் டாக் இங்க்லீஷ், வாக் இங்க்லீஷ், ஈட் இங்க்லீஷ்' என்றுதான் பதில்சொல்லவேண்டும், உள்ளுக்குள் உதறல் இருந்தாலும் அதைக் காட்டிக்கொள்ளக்கூடாது, வெளியே கம்பீரம் காட்டிவிட்டு, பின்னணியில் ஆங்கிலம் கற்பதற்கான ஏற்பாடுகளை விரைவுபடுத்தவேண்டும்.

'இதெல்லாம் தப்பாச்சே, யாரும் யாரையும் போட்டியா நினைக்கவேண்டாமே!' என்பார்கள் சிலர்.

உண்மைதான். ஆனால், அப்படி எல்லாரும் நினைக்கவேண்டுமே, பலர் சேர்ந்து பணியாற்றுகிற இடத்தில் ஒரே ஒருவர் போட்டி மனப்பான்மையோடு செயலாற்றினால்கூட, மற்றவர்கள்

அதனைச் சமாளித்து முன்னேறவேண்டிய கட்டாயம் வந்துவிடுகிறது.

அதுபோன்ற நேரங்களில், நமக்குத் தன்னம்பிக்கையைக் கூட்டவும், மற்ற போட்டியாளர்களுக்கு, பார்வையாளர்களுக்கு நம்மீது மரியாதையை உண்டாக்கவும், வெற்றி, தோல்வியைத் தாண்டிய திறமையாளர்களாக நம்மை நிரூபிக்கவும் உடல்மொழி பயன்படும். அதைத்தான் சிந்து நமக்குக் கற்றுத்தருகிறார்!

நாம் வெல்லக்கூடியவர்கள் என்பது, நாம் நடந்துகொள்ளும் விதத்தில் தெரியவேண்டும், அதன்பிறகு, பதக்கங்களும், கோப்பைகளும்தானே வரும்!

20ம் சுற்று

பல ஆண்டுகளுக்குமுன்னால், இந்தியாவுக்கும் பாகிஸ்தானுக்கும் ஒரு கிரிக்கெட்போட்டி, அதுவும் உலகக்கோப்பையில்.

சாதாரணமாகவே இந்த இரு நாடுகளும் மோதுகின்றன என்றால் ரசிகர்கள் ஆவலுடன் வந்து குவிவார்கள். அத்துடன் உலகக்கோப்பைப் பரபரப்பும் சேர்ந்துகொள்ள, அதிவேகத்தில் மைதானம் நிரம்பியது.

அந்தப் போட்டியில் இந்திய அணி சந்தித்த முக்கியமான சவால், ஷோயப் அக்தர்.

'ராவல்பிண்டி எக்ஸ்பிரஸ்' என்ற செல்லப்பெயரைக் கொண்ட ஷோயப், அன்றைக்கு உலகின் அதிவேகப் பந்துவீச்சாளராகக் கருதப்பட்டார். அவர் பந்துவீசுவதற்காக ஓட ஆரம்பித்தாலே பல மட்டைவீச்சாளர்கள் நடுங்கிப்போனார்கள்.

இதனால், பாகிஸ்தான் அணி அவரை ஒரு மார்க்கெட்டிங் ஆயுதமாகவே பயன்படுத்தியது. எதிரணியைப் பயமுறுத்துவதற்காக, 'எங்ககிட்ட அக்தர் இருக்கார், தெரியுமா?' என்று நக்கலாகக் கேட்பார்கள்.

அக்தர் யாராலும் சமாளிக்க இயலாத அளவுக்குப் பெரிய பந்துவீச்சாளர் அல்லர். அதேசமயம், அவரைக் குறைத்து மதிப்பிட்டுவிடவும் முடியாது. கவனமாகக் கையாளவேண்டும்.

ஒரு போட்டியில் அக்தர் முதல் ஓவரை வீசுகிறார் என்று வைத்துக்கொள்வோம், அவர்தான் பாகிஸ்தான் அணியின் முக்கிய ஆயுதம் என்பதால், அவர் ஒரே ஓவருடன் நிறுத்தப் போவதில்லை, அடுத்தபடியாக மூன்றாவது, ஐந்தாவது, ஏழாவது ஓவர்களையும் அவரேதான் வீசுவார் என்று ஊகிக்கலாம்.

ஆக, எதிரணி எடுத்த எடுப்பில் அக்தரின் இருபத்துநான்கு பந்துகளையாவது சந்தித்தாகவேண்டும், சமாளித்தாகவேண்டும், வேறு வழியே இல்லை.

அந்த இருபத்துநான்கு பந்துகளையும் அவர்கள் இருவிதமாக அணுகலாம்:

முதல் வழி, கவனமாக விளையாடி, யாரும் ஆட்டமிழக்காமல் பார்த்துக்கொள்ளலாம். அதன்மூலம் அக்தரின் வேகத்தைக் குறைத்து அவரை ஓய்வெடுக்கவைக்கலாம், அதன்பிறகு, மற்ற பந்துவீச்சாளர்களை அடித்து ஆடலாம்.

இது கொஞ்சம் அவமானகரமான வழிதான். அக்தரைப் பார்த்து அந்த அணி பயந்துவிட்டது என்பதை இது வெளிச்சம்போட்டுக் காட்டிவிடுகிறது.

ஆனால், ‘அஞ்சுவது அஞ்சாமை பேதைமை’ என்று வள்ளுவர் சொன்னாரே! அக்தரின் வேகத்தோடு மோதுவதைவிட, கொஞ்சம் ஒதுங்கிநின்றுகொண்டு மற்ற பந்துவீச்சாளர்களைப் பிரித்துமேய்வதும் ஒரு ராஜதந்திரம்தானே?

இரண்டாவது வழி, அக்தர் என்னதான் வேகமாகப் பந்து வீசினாலும் எதிர்த்து மோதுவது, அவருடைய பந்தைப் பல பக்கங்களில் சிதறடித்து, அதன்மூலம் அவருடைய நம்பிக்கையைக் குலைப்பது.

அன்றைய போட்டியில் இந்தியா இதைத்தான் செய்தது. அவரைக் கன்னாபின்னாவென்று விளாசித்தள்ளியது.

ஷோயப் அக்தரின் முதல் ஓவரில் இந்தியா பதினெட்டு ரன்களைக் குவித்தது, அதிலும் குறிப்பாக, சச்சின் டெண்டுல்கர் வரிசையாக ஒரு சிக்ஸ், இரண்டு பவுண்டரிகள் என்று தீபாவளி கொண்டாடினார், எல்லாரும் பார்த்துப் பயந்த அக்தரின் பந்துவீச்சை ஒரு குழந்தை விளையாட்டுபோல் ஆக்கிவிட்டார்.

இதனால் பயந்துபோன பாகிஸ்தான் அணி ஷோயப் அக்தரை ஒதுக்கி நிறுத்திவிட்டது. அடுத்த ஏழெட்டு ஓவர்களுக்கு அவர் பந்துவீசவே இல்லை.

அதன்பிறகு அக்தர் மீண்டும் பந்தோடு வந்தார். ஆனால், பழைய வேகம் இல்லை, அதற்குள் இந்திய அணி வெற்றியைநோக்கி நகரத்தொடங்கியிருந்தது.

அதாவது, அக்தரின் பந்துகளைவிட்டு விலகிச்செல்லாமல், அவரை நேருக்கு நேர் சந்தித்துத் தாக்கியது இந்தியா, அதன்மூலம், அந்த ஆயுதம் மழுங்கிப்போனது.

எந்தவொரு விளையாட்டிலும், Attacking Game, Defensive Game என்ற பகுதிகள் உண்டு. அதாவது, பாய்தல், பதுங்குதல்.

இரண்டு அணிகள் மோதுகின்றன என்றால், இருவரும் தொடர்ந்து பாய்ந்துகொண்டே இருக்கமாட்டார்கள், சூழலைப் பார்த்துப் பதுங்குவார்கள், பாய்வார்கள், மீண்டும் பதுங்குவார்கள், பாய்வார்கள், அந்தப் போட்டிமுழுவதும் இந்த இரண்டும் மாறிமாறி நடந்துகொண்டே இருக்கும்.

உதாரணமாக, டென்னிஸ் உலகில் நம்பர் 1 இடத்திலிருப்பவர் நொவாக் ஜொக்கோவிச். அவர் ஐம்பதாவது இடத்திலிருக்கும் ஒரு வீரருடன் மோதுகிறார் என்று வைத்துக்கொள்வோம். அந்தப் போட்டி எப்படி அமையும்?

நம்பர் 1ம் நம்பர் 50ம் மோதினால் அது ஒரு போட்டியாகவா இருக்கும்? மோதித் தாக்கவேண்டியதுதான்!

ம்ஹூம், அப்படி நினைத்தால் நொவாக் உலகின் முதல்நிலை வீரராக உயர்ந்திருக்கமுடியாது. எப்போதும் பாய்ந்துகொண்டே இருக்க இதென்ன மோட்டார் பந்தயமா? ஆட்டத்தின் சூழ்நிலையைப்பொறுத்துதான் அவர் தன்னுடைய பாணியைத் தீர்மானிப்பார்.

உதாரணமாக, ஆட்டத்தின் தொடக்கத்திலேயே அந்த நம்பர்50 கொஞ்சம் பணிந்துபோவதுபோல் தெரிந்தால், இவர் எகிறுவார், அவர் 'மோதிப்பார்த்துவிடலாம்' என்ற மனோநிலையோடு வந்திருப்பதாகத் தெரிந்தால், இவர் சட்டென்று பதுங்கிச் சரியான நேரத்தில் பாய்வார்.

நிறைவாக, அந்தப் போட்டியில் நொவாகே வெற்றியடையக்கூடும். ஆனால், அது பெரும்பாலும் நாம் நினைப்பதுபோல் 'எளிய' வெற்றியாக இருக்காது, போட்டியின் ஒவ்வொரு கணத்திலும் நொவாக் ஆதிக்கம்செலுத்தி நம்பர்50ஐ 'ஜஸ்ட் லைக் தட்' வீழ்த்திவிட்டார் என்று சொல்ல இயலாது.

ஆக, பதுங்குவதா, பாய்வதா என்பதை ஆட்டச்சூழல் தீர்மானிக்கிறது. இதை உணராமல் எப்போதும் பாய்ந்து கொண்டே இருந்தால் அது அசட்டுத்துணிச்சல்.

இதற்கு நல்ல உதாரணம், கிரிக்கெட்டில் மூன்றாவது இடத்தில் விளையாடும் ஒரு வீரர். அவர் பதுங்கவேண்டுமா, பாயவேண்டுமா என்பதைத் தீர்மானிப்பது அவரல்ல, அவருக்குமுன்னால் விளையாடும் இருவர்தான்!

ஒரு போட்டியில், முதல் இரண்டு இடங்களில் விளையாடுகிறவர்கள், அதாவது, தொடக்க ஆட்டக்காரர்கள் பிரமாதமாக ஆடி நிறைய ரன்களைக் குவிக்கிறார்கள். அதன்பிறகு, அவர்களில் ஒருவர் அவுட் ஆகி இந்த மூன்றாவது வீரர் உள்ளே நுழைகிறார். அப்போது, அவரும் அதிரடியாகத் தாக்கி விளையாடுவார், முதல் இருவர் ஏற்படுத்திவைத்த வேகத்தைப் பயன்படுத்திக்கொண்டு வேகமாக ரன்களைக் குவிப்பார்.

மாறாக, போட்டி ஆரம்பித்த முதல் பந்திலேயே ஒருவர் அவுட் ஆகிவிட்டார் என்றால், மூன்றாம் நிலை வீரர் அதிரடியாகத் தாக்க இயலாது. விழுந்த விக்கெட்டினால் எதிரணி ஊக்கம் பெற்று இன்னும் நான்கைந்து பேரை வீழ்த்திவிடாதபடி கவனமாக விளையாடவேண்டும், அவர்கள் கொஞ்சம் மனம் தளரும் நேரமாகப் பார்த்துப் பாயவேண்டும்.

ஒரு வீரரோ அணியோ பதுங்குவதா பாய்வதா என்று தீர்மானிப்பதற்கு இன்னும் பல காரணிகள் இருக்கலாம். உதாரணமாக, போட்டி நடைபெறும் களத்தின் தன்மையைக் கவனிக்கவேண்டும், கூட யார் விளையாடுகிறார்கள் என்பதைப் பார்க்கவேண்டும், போட்டியின் முக்கியத்துவத்தைக் கருத்தில்கொள்ளவேண்டும், எதிரணியை வீழ்த்துவதற்கு இன்னும் எவ்வளவு நேரமிருக்கிறது என்று யோசிக்கவேண்டும்... நாலு ஓவரில் முப்பது ரன் எடுக்கவேண்டிய நிலைமையில் பதுங்கமுடியாது, பாய்ந்தாகவேண்டும்.

சில நேரங்களில், தனிப்பட்ட வீரர்களின் நிலைமையும் இதனைப் பாதிப்பதுண்டு. ஒருவரால் பாய இயலாதபோது பதுங்குவதே புத்திசாலித்தனம்!

உதாரணமாக, அன்றைக்கு அக்தரை விளாசிய டெண்டுல்கர், அடுத்த வருடம் ஒரு டெஸ்ட் போட்டியில் எந்தப் பந்தையும் அநாவசியமாகத் தொடாமல் மிகக் கவனமாக விளையாடி இரட்டைசதம் அடித்தார். அது அவருடைய வழக்கமான ஆட்டபாணியே அல்ல. ஆனாலும், அந்த இரட்டைசதம் அவருக்கு மிகுந்த திருப்தியளித்தது, அணிக்கும் பெரிய அளவில் உதவியது.

டெண்டுல்கர் ஏன் திடீரென்று பதுங்கவேண்டும்?

அதற்குமுன் சில போட்டிகளில் அவர் கொஞ்சம் கவனக்குறைவாகத் தொட்ட பந்துகளில் ஆட்டமிழந்திருந்தார், ஆகவே, தன்னுடைய தன்னம்பிக்கையைத் திரும்பப்பெறுவதற்காக, இந்தமுறை பொறுமையைப் பயன்படுத்தினார், அதேசமயம்

ஒரேயடியாகப் பதுங்கிவிடாமல் அணிக்காக ரன்களையும் சேர்த்துக்கொண்டிருந்தார்.

அதோடு ஒப்பிடும்போது, அந்த உலகக்கோப்பைப்போட்டியில் வேறுவிதமான சூழ்நிலை. ஆகவே, டெண்டுல்கரும் இந்திய அணியும் தொடக்கத்திலிருந்தே அக்தர்மீது பாய்ந்தார்கள், அதன்மூலம் எதிரணிக்குக் கலக்கத்தை உண்டாக்கினார்கள். இப்படி மனத்தளவில் அவர்களை வென்றபிறகு, ரன்களை எடுத்து வெல்வது எளிதாக இருந்தது.

அதாவது, எதிரணியின் முக்கிய ஆயுதத்தை முதலில் உடைப்பது, 'அதை விட்டுவிட்டு மற்றதைக் கவனிப்போம்' என்று நினைத்தால், பின்னர் அது வேறுபக்கத்திலிருந்து வந்து தாக்கிவிடும்.

உதாரணமாக, உங்கள் கையில் ஐந்து வேலைகள் இருக்கின்றன. அவற்றில் ஒன்று மிகப்பெரியது, மிகச்சிக்கலானது. மற்ற நான்கும் ஓரளவு எளிதானவை, சில நிமிடங்களில் செய்துவிடக்கூடியவை.

இப்போது, இவற்றில் நீங்கள் எந்த வேலையை முதலில் செய்வீர்கள்?

பெரும்பாலானோர் எளிய வேலைகளைத்தான் முதலில் செய்வார்கள். அதன்மூலம் ஐந்தில் நான்கு வேலைகளைச் சட்டென்று முடித்துவிடலாமே. நம்முடைய வேலைகளில் 80% முடிந்துவிட்டது என்று தன்னம்பிக்கை வருமே, அதைப் பயன்படுத்தி ஐந்தாவது வேலையை, அதாவது, கடினமான வேலையைச் சிறப்பாகச் செய்யலாமே!

ஆனால் எதார்த்தம் அப்படியிருப்பதில்லை. ஐந்து வேலைகளில் நான்கை முடித்துவிட்டோம் என்றாலும், அது உண்மையில் 80% அல்ல, வெறும் 20%தான், மீதமுள்ள 80% அந்தப் பெரிய வேலை. அதை உணராமல், வெறுமனே எண்ணிக்கையைமட்டும் கவனித்தால், 'பெரும்பகுதி வேலையை முடித்துவிட்டோம்' என்கிற தவறான பாதுகாப்புணர்வு ஏற்படும், அதனால் அந்தப் பெரிய வேலையை அலட்சியமாகச் செய்து சொதப்பிவிடுவோம்.

அதற்குப்பதிலாக, அந்தப் பெரிய வேலையை முதலில் செய்தால்?

கஷ்டம்தான். மணிக்கணக்காகப் போராடவேண்டியிருக்கும்தான். ஆனால், அப்படிச் சிரமப்பட்டு அதைச் செய்தபிறகு, அடுத்த நான்கு வேலைகளும் அதிவேகமாக நிறைவடைந்துவிடும். அதையே செய்தவர்களுக்கு இதைச்செய்வதா ஒரு பெரிய விஷயம்?

ஆகவே, கடினமான வேலையை அப்புறம் செய்துகொள்ளலாம் என்று தள்ளிப்போடுவதன்மூலம் நாம் எதையும் சாதிக்கப்போவதில்லை. இப்போது இல்லாவிட்டாலும் பிறகு நாம் அதைச் செய்துதானாகவேண்டும். அதற்குப்பதிலாக, அந்தப் பெரிய வேலையை உடனே தொடங்கி விரைவாகச் செய்துமுடித்துவிட்டால், அதன்பிறகு தன்னம்பிக்கையோடு மற்ற வேலைகளைக் கவனிக்கலாம்.

அன்றைக்கு அக்தரைத் தாக்கிய இந்திய அணியும் இந்த நுட்பத்தைத்தான் பயன்படுத்தியது. 'அட, அக்தரையே அடித்துவிட்டோம், இனி மற்ற பந்துவீச்சாளர்கள் ஒரு பொருட்டா!' என்று தங்கள் அணிக்குள் தன்னம்பிக்கையைப் பெருக்கினார்கள், 'அட, அக்தரையே அடித்துவிட்டார்கள், இனி நம்மாலெல்லாம் என்ன செய்ய இயலும்?' என்று எதிரணிப் பந்துவீச்சாளர்கள்மத்தியில் கிலியை உண்டாக்கினார்கள், அந்தச் சரியான பாய்ச்சல், வெற்றிக்கு வழிவகுத்தது!

21ம் சுற்று

குருச்சேத்திரப்போர் தொடங்கப்போகும் நேரம்!

பாண்டவர்களும் கௌரவர்களும் போருக்குத் தயாராகிக் கொண்டிருக்கிறார்கள். யாரெல்லாம் தங்களுக்கு ஆதரவாக வருவார்கள் என்று கணக்குப்போடுகிறார்கள், திட்டமிடுகிறார்கள்.

இது கிரிக்கெட் போட்டிபோல் அல்ல. இந்த அணியில் பதினொருவர், அந்த அணியில் பதினொருவர் என்று மோத முடியாது. போர்க்கலையில் பயிற்சிபெற்றோர் ஆயிரக்கணக்கில் தேவை, ஆயுதங்கள் தேவை, தேர்கள், யானைகள், குதிரைகள் தேவை... அதற்கு, வெவ்வேறு மன்னர்களின் ஆதரவு தேவை.

சல்லியன் என்பவர் மத்ராவின் மன்னர், பாண்டவர்களுக்கு மாமா. ஆகவே, அவர் தங்கள் பக்கம்தான் போர் புரிவார் என்று யுதிர்ஷ்டர் நம்பியிருக்கிறார்.

ஆனால், அவருடைய எதிர்பார்ப்பு தவறாகிவிடுகிறது. 'நான் கௌரவர்களின் பக்கம் சேர்ந்துவிட்டேன்' என்கிறார் சல்லியன்.

என்ன காரணம்?

அவர் ஏற்கெனவே துரியோதனனுக்கு வாக்குக் கொடுத்து விட்டாராம். ஆகவே, இந்தப் போரில் சல்லியன் பாண்டவர்களுக்கு எதிராக மோதப்போகிறார்!

யுதிர்ஷ்டருக்கு ஏமாற்றம். ஆனால், எதிர்பாராத இந்தத் திருப்பத்தைத் தனக்குச் சாதகமாகப் பயன்படுத்திக்கொள்ளத் தீர்மானிக்கிறார் அவர், 'மாமா, எனக்கு ஒரு வரம் தாருங்கள்' என்கிறார்.

'தருகிறேன்' என்கிறார் சல்லியன், 'ஆனால், நான் பாண்டவர்களின் பக்கம் சேரவேண்டும் என்று மட்டும் கேட்காதே!'

'புரிகிறது மாமா, நீங்கள் எங்கள் பக்கம் சேரவேண்டியதில்லை. கௌரவர்களின் பக்கமே போர்புரியலாம்' என்கிறார் யுதிர்ஷ்டர், 'நீங்கள் ஒரு சிறந்த தேரோட்டி என்பது எனக்குத் தெரியும். ஆகவே, இந்த யுத்தத்தில் கர்ணனின் தேரைச் செலுத்தும் பணி உங்களுக்குத் தரப்படும் என்று நான் ஊகிக்கிறேன்.'

'உண்மைதான். ஆனால், அதற்கும் நீ கேட்கப்போகும் வரத்துக்கும் என்ன சம்பந்தம்?'

'மாமா, கர்ணனும் என் தம்பி அர்ஜுனனும் போரில் நேரடியாக மோதப்போகிறார்கள். அந்த நேரத்தில், நீங்கள் கர்ணனிடம் அர்ஜுனனின் திறமைகளைப் புகழ்ந்துபேசவேண்டும்.'

'அர்ஜுனன் பெரிய வீரன் என்பது எனக்குத் தெரியும், ஆகவே, அவனைப் புகழ்ந்துபேசுவதில் எனக்கு மகிழ்ச்சிதான். ஆனால், அதனால் உங்களுக்கு என்ன லாபம்?'

'மாமா, கௌரவர் படையில் அர்ஜுனனை வீழ்த்துமளவு திறமைகொண்ட ஒரே வீரன், அந்தக் கர்ணன்தான். ஒருவேளை அவன் முழுவேகத்துடன் போருக்கு வந்தால், நிச்சயம் அர்ஜுனனுக்குக் கடும்போட்டி தருவான். அந்த நேரத்தில், அர்ஜுனனின் திறமையைப்பற்றிய சொற்கள் அவனுடைய காதில் விழுந்துகொண்டே இருந்தால், அவனுக்குத்

தன்னைப்பற்றிய சந்தேகம் வரும், முழுத்திறமையுடன் போர்புரியத் தயங்குவான், அதைப் பயன்படுத்திக்கொண்டு அர்ஜுனன் கர்ணனை வென்றுவிடுவான்.'

கேட்பதற்கே கூச்சமாக இருக்கிறதல்லவா? அர்ஜுனனும் கர்ணனும் தங்களுடைய வில்வித்தையை, வீரத்தைக் காட்டித்தானே மோதவேண்டும்? அதில் சிறந்தவர் யாரோ அவர்தானே வெல்லவேண்டும்? இப்படி ஒரு தந்திரத்தைப் பயன்படுத்திப் போரில் வெல்லலாமா?

'All is fair in love and war' என்றோர் ஆங்கிலப் பழமொழி உண்டு. அதாவது, போரில் எந்தத் தந்திரத்தையும் பயன்படுத்தி வெல்லலாம் என்பார்கள்.

விளையாட்டுப் போட்டிகளும் கிட்டத்தட்ட போர்மாதிரிதான். அதில் எதிரிகளை வெல்வதற்கு வீரர்கள் பலவிதமான நுட்பங்களைப் பயன்படுத்துகிறார்கள், அதில் ஒன்று, *Sledging*.

இந்த ஆங்கிலச்சொல்லின் பொருள், ஒரு போட்டியில் வெல்லவேண்டும் என்பதற்காக எதிரியைப்பற்றித் தவறாகப் பேசுவது, அவனை அவமானப்படுத்துவது, அதன்மூலம் அவனுடைய தன்னம்பிக்கையைக்குலைத்துத் தோற்கடிப்பது.

கிரிக்கெட் போட்டிகளில் இதனை அடிக்கடி பார்க்கிறோம். குறிப்பாக, ஆஸ்திரேலியர்கள் இதில் அதிகம் ஈடுபடுகிறார்கள்.

யோசித்துப்பாருங்கள், மட்டைவீச்சாளர் ஒரு பந்தை அடிக்கத் தயாராகும்போது பின்னால் நிற்கும் விக்கெட் காப்பாளர், 'இந்தப் பந்துல நீ அவுட்' என்று சொன்னால் எப்படியிருக்கும்.

அவர் சொல்கிறார் என்பதால் தான் அவுட்டாகி விடப்போவதில்லை என்பது அந்த மட்டை வீச்சாளருக்குத் தெரியும், வருகிற பந்தைக் கவனித்துச் சரியாக ஆடினால் எந்தப் பிரச்னையும் வராது என்பதையும் அவர் புரிந்துவைத்திருக்கிறார். அதேசமயம், விக்கெட் காப்பாளர் அப்படிச் சொல்வதற்கு ஒரு கணம்முன்பாக அவரிடம் இருந்த தன்னம்பிக்கை இப்போது கொஞ்சம் குறைந்துபோய்விடும் அல்லவா?

இதுதான் எதிரணிக்கு வேண்டும். எதிராளியின் மனத்தில் தன்னைப்பற்றிய ஒரு சிறிய சந்தேகத்தை உண்டுபண்ணிவிட்டால், அதைப் பயன்படுத்திக்கொண்டு அவர்களை வீழ்த்திவிடலாம் என்பது இவர்களுடைய கணக்கு.

மகிழ்ச்சியாக மேலே பறந்துகொண்டிருக்கும் பலூனில் ஒரு சிறிய ஓட்டை விழுந்தால் போதும், அது பொத்தென்று கீழே விழுந்துவிடும். அப்படிப் பொத்தல் ஏற்படாமல் காத்துக்கொள்வது எப்படி?

சிலர், Sledgingக்கு உடனே பதிலடி கொடுத்துவிடுவார்கள், உதாரணமாக, 'இந்தப் பந்துல நீ அவுட்' என்கிறார் விக்கெட் காப்பாளர், உடனே, 'நான் அவுட்டாகமாட்டேன், இந்தப் பந்துதான் அவுட்டாகப்போகுது, உங்காளு பந்தை சிக்ஸர் அடிச்சு மைதானத்துக்கு வெளியே அனுப்பறேன் பாரு!' என்கிறார் மட்டைவீச்சாளர்.

அதாவது, தன்னைக் குத்தவரும் ஊசியைப் பார்த்து, 'அய்யே, இந்த மழுங்கிப்போன முனையை வெச்சுக்கிட்டு என்னைக் குத்தறியாக்கும், ச்சீ!' என்கிறது பலூன். அதன்மூலம் தன்னுடைய மன உறுதி குறைந்துவிடாமல் பார்த்துக்கொள்கிறது.

என்னதான் எதிராளியின் பேச்சுக்குப் பதிலடி கொடுக்கிறோம் என்றாலும், இதுவும் ஒருவிதத்தில் Sledgingதான். ஆகவே, பல வீரர்கள் இதில் ஈடுபடுவதில்லை. அதற்குப் பதிலாக, தங்களுடைய தோலைத் தடிமனாக்கிக்கொள்கிறார்கள், யார் என்ன Sledging செய்தாலும் அது தங்களுக்குள் செல்லாதபடி பார்த்துக்கொள்கிறார்கள்.

அதாவது, 'அந்த விக்கெட் கீப்பர் யாரைப்பற்றியோ பேசுகிறார்' என்ற மனநிலைக்கு வந்துவிடுவது. அதன்மூலம் எதிராளியின் தந்திரங்கள் பலிக்காதபடி பார்த்துக்கொள்வது.

Sledging என்பது ஒருவர் விரும்பிச்செய்கிற நேரடித்தாக்குதல், இதை எதிரிகள்தான் செய்வார்கள்.

ஆனால், சில நேரங்களில் நம் நண்பர்கள்கூட நமக்கு *Sledging* செய்துவிடுகிறார்கள்.

உதாரணமாக, ஒரு புதிய தொழில்முயற்சியில் ஈடுபடுகிறீர்கள். அதைப்பற்றி உங்கள் நண்பரிடம் பேசுகிறீர்கள். அவர் உடனே, 'உனக்கு ஏன் இந்த வேண்டாத வேலை? இப்படித்தான் என்னோட ஒண்ணுவிட்ட மாமா சொந்தத்தொழில் ஆரம்பிக்கறேனு சொத்தையெல்லாம் இழந்தார்' என்கிறார்.

அந்த நண்பரின் நோக்கம், உங்கள் பலூனில் ஓட்டைபோடுவது அல்ல. நீங்கள் நன்றாக இருக்கவேண்டும் என்றெண்ணிதான் அவர் சொல்கிறார். அதேசமயம், அது உங்களுடைய வேகத்தைக் குறைத்துவிடும், தன்னம்பிக்கையைக் கீழே இழுத்துவிடும் என்பதை அவர் உணர்வதில்லை.

ஆகவே, தன்னை அறியாமல் அவர் செய்கிற *Sledging*க்குப் பதில் சொல்லவேண்டியதில்லை, அவரை அவமானப்படுத்த வேண்டியதில்லை, அந்த இழிவுச்சொற்கள் நமக்குள் புகுந்துவிடாதபடி பார்த்துக்கொண்டாலே போதும்.

அதற்காக, நம்மைப்பற்றி யார் என்ன பேசினாலும் அது *Sledging* என்று புறக்கணித்துவிடக்கூடாது. சொல்கிறவர் யார், எந்தத் தகுதியில், எந்த அடிப்படையில் அதைச்சொல்கிறார் என்று யோசிக்கவேண்டும்.

உதாரணமாக, ஒரு டென்னிஸ் வீரரின் பயிற்சியாளர் அவரை அழைக்கிறார், 'இந்தக் குறிப்பிட்ட பந்தை நீ விளையாடறவிதம் சரியில்லை. இதை எதிரிகள் தங்களுக்குச் சாதகமாப் பயன்படுத்திக்குவாங்க, நீ தோத்துடுவே' என்று சொல்கிறார்.

இது *Sledging* அல்ல. அந்தப் பயிற்சியாளர் தன்னுடைய அனுபவத்தின் அடிப்படையில் இந்தக் கருத்தைச்சொல்கிறார், அதற்குச் சரியான சான்றுகளைக் காட்டுகிறார், பிழையை எப்படிச் சரிசெய்யவேண்டும் என்று சொல்கிறார். இங்கே அந்தப் பயிற்சியாளரின் நோக்கம், வீரரின் தன்னம்பிக்கையைக் குலைப்பதல்ல, அவரது பிழைகளைத் திருத்தி இன்னும் சிறப்பாக விளையாட உதவுவதுதான்.

அதேபோல், சொந்தத்தொழில் தொடங்க எண்ணும் நீங்கள், இன்னொரு தொழிலதிபரிடம் பேசுகிறீர்கள் என்று வைத்துக்கொள்வோம். அவர் தனது அனுபவத்தின் அடிப்படையில் உங்களுடைய தொழில்முயற்சியை எடைபோட்டு நாலு விஷயம் நல்லவிதமாகச் சொல்கிறார், ஐந்தாறு விஷயங்கள் எதிர்மறையாகச் சொல்கிறார், அவற்றை எப்படிச் சரிப்படுத்தலாம் என்றும் விளக்குகிறார், இந்த அறிவுரையைக் காதில் போட்டுக்கொள்வதுதான் புத்திசாலித்தனம்.

ஆக, ஒருபக்கம் *Sledging*ஐப் புறக்கணிக்கவேண்டும், இன்னொருபக்கம் சரியான அறிவுரைகளைக் கேட்கவேண்டும், இதற்கு, எது *Sledging*, எது சரியான அறிவுரை என்று கண்டறிகிற புத்தி வேண்டும்.

‘எல்லாரிடமும் அறிவுரை கேள், ஆனால் தீர்மானம் உன்னுடையதாக இருக்கட்டும்’ என்று ஒரு பொன்மொழி சொல்வார்கள். அதாவது, எதையும் செய்வதற்குமுன் பலருடைய கருத்துகளைக் கேட்டுக்கொள்ளவேண்டும், அதில் எவற்றைப் புறக்கணிப்பது, எவற்றை ஏற்றுக்கொள்வது என்று நாமே சிந்தித்துத் தீர்மானிக்கவேண்டும்.

இதை அழகாக விளக்கும் ஒரு பழைய கதை: தந்தையும் மகனும் ஒரு கழுதையோடு நடக்கிறார்கள். எதிரில் ஒருவர் வருகிறார், ‘ஏன்ய்யா, அந்தப் பச்சைப்புள்ளையை நடக்கவெச்சுக் கூட்டிக்கிட்டுப்போறியே, கழுதைமேல உட்காரவைக்கலாம்ல?’ என்கிறார்.

உடனே, மகனைக் கழுதைமீது அமரவைக்கிறார் தந்தை, தொடர்ந்து நடக்கிறார்கள்.

சிறிதுதூரத்தில் இன்னொருவர் வருகிறார், ‘ஏன் தம்பி, வயசானவர் நடக்கறாரு, நீ கழுதைமேல உட்கார்ந்துவரியே’ என்கிறார்.

இதனால், தந்தை கழுதைமீது அமர்ந்துகொள்கிறார், மகன் கீழே இறங்கி நடக்கிறார்.

மூன்றாவதாக ஒருவர் வருகிறார், 'கழுதை முதுகுலதான் இடம் இருக்கே, நீயும் உட்கார்ந்துக்கலாமே' என்கிறார். சட்டென்று மகனும் கழுதைமீது அமர்ந்துகொள்கிறான்.

இப்போது, நான்காவதாக ஒருவர் வருகிறார், 'அந்த வாயில்லாப் பிராணிமேல ரெண்டுபேர் ஏறி உட்கார்ந்து வர்றீங்களே, உங்களுக்கு இரக்கமே இல்லையா?' என்கிறார்.

ஊரில் எல்லார் சொல்வதையும் கேட்டுக்கொண்டிருந்தால் இப்படித்தான். சரியான அறிவுரைகளை அடையாளம் காணப் பழகவேண்டும், மற்றவற்றை *Sledging* என்று தள்ளிவிடவேண்டும், அந்த அறிவை, அனுபவத்தைப் பயன்படுத்தி நமக்கான பாதையை அமைத்துக்கொள்ளவேண்டும்.

22ம் சுற்று

பரபரப்பான ஒரு கிரிக்கெட் போட்டி.

பந்துவீச்சாளர் மெதுவாக வீசுகிறார். அந்தப்பந்து அழகாகச் சுழன்றுவந்து மட்டைவீச்சாளருடைய காலில் படுகிறது.

உண்மையில் அந்தப் பந்து சுழன்ற விதத்தை வைத்துப் பார்க்கும் போது, அது ஸ்டம்பை வீழ்த்தியிருக்கவேணும், ஆனால் மட்டைவீச்சாளர் அதைத் தன் காலால் தடுத்துவிட்டார். எனவே, விதிமுறைப்படி அவர் *LBW (Leg Before Wicket)* என்றவகையில் ஆட்டமிழக்கிறார்.

ஆகவே, பந்துவீச்சாளர், விக்கெட்காப்பாளர், சுற்றியிருந்த பலரும் '*Howzzat*' என ஒற்றை விரலைத் தூக்கி 'அவுட்' கேட்கிறார்கள். நடுவரும் அந்த மட்டைவீச்சாளர் ஆட்டமிழந்ததாக அறிவித்துவிடுகிறார்.

இத்தனை களேபரத்திலும் பலர் கவனிக்காத ஒரு விஷயம், பந்துவீசிய அணியில் ஒருவர்மட்டும் 'அவுட்' கேட்கவில்லை. அவர் கர்மசிரத்தையாக அந்தப் பந்தைப் பிடித்துக் கொண்டிருக்கிறார்.

ஆம், மட்டைவீச்சாளரின் காலில் பட்ட பந்து தரையில் விழப்போகுமல்லவா? அந்த இடத்தில் பாய்ந்து அவர் அதைப் பிடிக்கிறார். அதன்பிறகு, மற்றவர்களுடைய கொண்டாட்டத்தில் கலந்துகொள்கிறார்.

அவர் ஏன் அந்தப் பந்தைப் பிடிக்கவேண்டும்? மட்டைவீச்சாளர்தான் *LBW*வகையில் ஏற்கெனவே ஆட்டமிழந்து விட்டாரே? சுற்றியிருந்த எல்லாருக்கும் தெரிந்த இந்த எளிய விஷயம் அவருக்குத் தெரியாதா? இவ்வளவு சிரமப்படாமல் அவரும் நடுவரிடம் நேரடியாக ‘அவுட்’ கேட்டிருக்கலாமே.

செய்யலாம், ஆனால், அவருடைய கிரிக்கெட் பயிற்சியில் இதுபோன்ற சூழ்நிலைகளில் எப்படிச் செயல்படவேண்டும் என்று சொல்லித்தந்திருப்பார்கள், அதன்படியே அவர் நடந்திருக்கிறார்.

ஒருவேளை அந்தப் பந்து மட்டைவீச்சாளருடைய காலில் படும்போது அவரது மட்டையிலும் கொஞ்சம்போல் பட்டிருந்தால்? அப்போது அவர் *LBW* வகையில் ஆட்டமிழந்ததாக ஆகாது. நடுவர் அதனை ஏற்கமாட்டார்.

ஆகவே, அவருடைய மட்டையிலோ காலிலோ பட்டு வருகிற பந்தைச் சும்மாவிடுவது புத்திசாலித்தனமில்லை, அதைப் பிடித்துவிடவேண்டும். ஆக:

★ பந்து அவருடைய காலில்மட்டும் பட்டிருந்தால், அவர் *LBW*வகையில் ஆட்டமிழப்பார்

★ பந்து அவருடைய மட்டையிலும் பட்டிருந்தால், அவர் *Caught* வகையில் ஆட்டமிழப்பார்

அதனால்தான், மற்றவர்கள் (பந்தைப் பிடிக்க வாய்ப்பில்லாதவர்கள்) நடுவரிடம் *LBW* கேட்டுக் கொண்டிருக்கையில், இவர் மட்டும் அந்தப் பந்தைப் பாய்ந்து பிடிக்கிறார். அதன் மூலம் ஏதோ ஒருவகையில் அந்த மட்டை வீச்சாளரை ஆட்டமிழக்கச் செய்துவிடலாம் என்று தீர்மானிக்கிறார்.

ஒருவேளை, *LBW, Caught* என இருவகைகளையும் நடுவர் மறுத்துவிட்டால்? அந்த மட்டைவீச்சாளர் ஆட்டமிழக்கவில்லை என்று அறிவித்துவிட்டால்?

அப்போதும் அந்தப் பந்தைப் பிடிப்பதுதான் நல்லது. இல்லாவிட்டால் எல்லாரும் 'அவுட்' கேட்டுக்கொண்டிருக்கிற நேரத்தில் அது எங்கேயாவது உருண்டோடிவிடும், அதைப் பயன்படுத்திக்கொண்டு எதிரணி ஓரிரு ரன்களை எடுத்துவிடலாம்.

இப்போது, இந்தச் சூழ்நிலையை அந்த மட்டைவீச்சாளரின் நிலையிலிருந்து பார்ப்போம். பந்து அவருடைய காலில் பட்டதும் சுற்றியிருக்கிறவர்கள் 'அவுட்' கேட்கிறார்கள், அது அவருக்கு முதல் தாக்குதல்.

அதேநேரம், அந்தப் பந்தை ஒருவர் பாய்ந்துபிடிக்கிறார், அது இரண்டாவது தாக்குதல். அதன்மூலம் பந்து வேறு எங்கும் சென்றுவிடாதபடி பத்திரப்படுத்திவிடுகிறார், இது மூன்றாவது தாக்குதல்.

ஆக, தான் ஏதோ ஒருவிதத்தில் ஆட்டமிழக்கப்போகிறோம், இல்லாவிட்டாலும், தன்னால் ரன் எதுவும் எடுக்க இயலாது என்று அந்த மட்டைவீச்சாளர் உணர்கிறார். உளவியல்ரீதியில் அவரைத் திகைத்துநிற்கச்செய்கிற உத்தி இது.

கிரிக்கெட்டில் மட்டுமல்ல, எல்லா விளையாட்டுகளிலும் விநாடிதோறும் இது நிகழ்ந்துகொண்டிருக்கிறது. எதிரணி வீரர்கள் என்ன செய்வது என்றே புரியாமல் திகைத்துநிற்கவேண்டும், அப்போதுதான் நாம் முன்னேறமுடியும்!

இதுதான் ரகசியம் என்றாகிவிட்டபிறகு, அவரை ஒரு வகையில் திகைக்கச்செய்வதைவிட, பலவகைகளில் திகைக்கச்செய்வதுதானே நல்லது? இதுவா அதுவா என்று புரியாமல் அவர் தடுமாறுவது நமக்கு நன்மையாயிற்றே!

சதுரங்கத்தில் இதனை *Forking* என்கிறார்கள். அதாவது,

ஒரு காயை நகர்த்தி, அதன்மூலம் பன்முனைத் தாக்குதலை நிகழ்த்துதல்.

உதாரணமாக, சரவணனும் விமலனும் சதுரங்கம் விளையாடுகிறார்கள். விமலன் ஒரு காயை நகர்த்தி ஒரு குறிப்பிட்ட கட்டத்தில் வைக்கிறார். மெல்லப் புன்னகை செய்கிறார்.

அந்தப் புன்னகைக்குக் காரணம், அந்தக் காய் இப்போது சரவணனின் இருவேறு காய்களை வெட்டும்நிலையில் இருக்கிறது. சரவணன் எவ்வளவுதான் யோசித்தாலும் அவற்றில் ஏதேனும் ஒரு காயைத்தான் காப்பாற்றமுடியும், இன்னொன்று வெட்டுப்பட்டே தீரும்.

இதுதான் *Forking*. ஒரு முள்கரண்டி*(Fork)*யில் பல கூர்முனைகள் உள்ளன. அதுபோல, விமலனின் ஒரு காய் பலவிதங்களில் சரவணனைக் குத்துகிறது.

இப்போது, சரவணன் என்ன செய்வார்?

விமலன் வெட்டப்போகும் இரண்டு காய்களில் தனக்குத் தேவையில்லாதது எது என்று ஒப்பிடுகிறார், அதைத் தியாகம்செய்துவிட்டு இன்னொரு காயை நகர்த்திக் காப்பாற்றுகிறார். அல்லது தன்னுடைய இரண்டு காய்களை வெட்டநினைக்கும் விமலனின் காயை அவர் திட்டமிட்டு வெட்டிவிடுகிறார். இதன்மூலம், எதிராளியின் பன்முனைத்தாக்குதலை அவர் முறியடிக்கிறார்.

ஆனால், அவர் அப்படிச் செய்த மறுகணம், விமலன் இன்னொரு காயைக்கொண்டு சரவணனின் வேறொரு முக்கியமான காயை வெட்டிவிடுகிறார். இன்னும் பெரிதாகச் சிரிக்கிறார்.

காரணம், இவை அனைத்தும் விமலன் செய்த தந்திரம்தான். சரவணன் தன்னையும் அறியாமல் அதில் சிக்கிவிட்டார்:

★ முதலில் ஒரு காயை நகர்த்துவது, அதன்மூலம் இரண்டு

காய்களை வெட்டப்போவதுபோல் பாவனைசெய்வது. ஆனால் உண்மையில் அவர் வெட்டவிரும்புவது அந்த இரண்டு காய்களையல்ல, வேறொரு முக்கியமான காயை

★ இந்த விஷயம் தெரியாமல் எதிராளி சட்டென்று அந்த முக்கியமான காயை வெளியே கொண்டுவருகிறார், அதை இவர் வெட்டிவிடுகிறார்

இதுவும் பன்முனைத்தாக்குதல்தான். ஆனால், அதில் ஒருமுனை ரகசியமாக இருக்கிறது, எதிர்பாராதபோது தாக்குகிறது.

இன்னொரு கிரிக்கெட் போட்டி. பந்துவீச்சாளர் வேகமாக வீசிய பந்தை மட்டைவீச்சாளர் தடுத்து அடிக்கிறார். அது அந்தப் பந்துவீச்சாளரை நோக்கிச்செல்கிறது. அவர் அதைப் பிடித்துவிடுகிறார்.

அதேகணம், இந்தப் பக்கமிருந்த இன்னொரு மட்டைவீச்சாளர் தனது எல்லைக்கோட்டிலிருந்து விலகி ஓடத்தொடங்கியிருக்கிறார். ஆகவே, அந்தப் பந்துவீச்சாளர் தன்னிடமுள்ள பந்தைக்கொண்டு இந்தப் பக்கத்திலுள்ள ஸ்டம்ப்களைத் தகர்க்கிறார்.

இது தேவைதானா? அவர் ஏற்கெனவே பந்தைப் பிடித்துவிட்டார், எதிர்ப்பக்கமிருந்த மட்டைவீச்சாளர் ஆட்டமிழந்துவிட்டார், அதன்பிறகும் இந்தப் பக்கத்து மட்டைவீச்சாளரைத் தாக்குவது எதற்காக?

ஒருவேளை, மட்டைவீச்சாளர் அடித்த பந்து உடனே தரையில் பட்டு அதன்பிறகு இவர் கைக்கு வந்திருந்தால்? அப்போது அந்த மட்டைவீச்சாளர் ஆட்டமிழக்கமாட்டார்.

அதேபோல், ஒருவேளை பந்துவீசியவர் எல்லைக்கோட்டைத் தாண்டி வீசியிருந்தால்? அப்போது அந்தப் பந்து செல்லாததாக *(No Ball)* அறிவிக்கப்பட்டுவிடும். அவர் பந்தைப் பிடித்ததும் செல்லாது, அப்போதும் அந்த மட்டைவீச்சாளர் ஆட்டமிழக்கமாட்டார்.

ஆனால், *No Ball*லிலும் *Run Out* உண்டு. அவ்வாய்ப்பைப் பந்துவீச்சாளர் விடவிரும்பவில்லை. ஆகவே, எதற்கும் இருக்கட்டும் என்று எதிர்ப்பக்க ஸ்டம்பைத் தகர்த்துவிடுகிறார், அதன்மூலம் இருவரில் ஒருவர் ஆட்டமிழப்பதை உறுதிசெய்கிறார்.

ஆக, எந்தவோர் உத்தியையும் ஒருமுனையாகப் பயன்படுத்தினால் லாபம் குறைவுதான், பன்முனையாகப் பயன்படுத்தினால் பலமடங்கு லாபம் வரக்கூடும், அவற்றில் ஏதேனும் ஒன்று சொதப்பினாலும் இன்னொன்று பலன் தரும்.

டாடா நிறுவனம் ஒரு லட்ச ரூபாய் கார் என ஒன்றை அறிமுகப்படுத்தியது நினைவிருக்கும். இப்போது அந்த கார் ஒரு லட்ச ரூபாய்க்கு விற்கப்படுவதில்லையென்றாலும், அறிமுகமான புதிதில் அதுவொரு மிகப்பெரிய புரட்சியாகக் கருதப்பட்டது.

இந்த உத்தியின்மூலம் டாடா நிறுவனம் எதையெல்லாம் சாதித்தது:

★ போட்டி நிறுவனங்கள் பல லட்ச ரூபாய்களுக்குக கார்களை விற்றுக்கொண்டிருக்கையில், எங்களால் ஒரு லட்சத்துக்குக் கார் விற்கமுடியும் என்று அறிவித்து அவர்களைத் திகைக்கச்செய்வது, இப்போது அவர்களால் வேறெந்த முக்கியமான வேலையையும் செய்ய இயலாது, அனைத்தையும் ஒத்திப்போட்டுவிட்டு இவர்களுடைய போட்டியைச் சமாளிப்பதுபற்றிதான் சிந்திக்கவேண்டும்

★ பொதுமக்கள்மத்தியில் விழிப்புணர்வை உண்டாக்குவது, 'இவங்களால ஒரு லட்சத்துக்கு கார் தயாரிக்கமுடியுதுன்னா, இவ்ளோநாளா மத்த நிறுவனங்கள் நம்மை ஏமாத்திக்கிட்டிருந்தாங்களா?' என்று சிந்திக்கவைப்பது (சமீபத்தில் ஜியோ மொபைல் சேவை அறிவிப்பும் இதேபோன்ற உணர்வுகளைத் தூண்டியது. அந்தச் சிந்தனை தர்க்கரீதியில் பொருந்தாது என்பது வேறு விஷயம்!)

★ மற்ற நிறுவனங்களைவிடச் சிலமடங்கு குறைவான செலவில் எங்களால் ஒரு பாதுகாப்பான காரைத் தயாரிக்க இயலும் என்று உலகுக்குச் சொல்வது. அதன்மூலம் தங்களது

பொறியியல் திறமையை வெளிச்சம்போட்டுக்காட்டுவது

★ ஒரு லட்ச ரூபாய் கார் பற்றி எல்லாப் பத்திரிகைகளும் எழுதிக் குவிக்கும், அதன்மூலம் கிடைக்கிற இலவச விளம்பரம்

★ இதனால் எல்லா கார்களும் விலை குறையும், முன்பு கார் வாங்க வாய்ப்பில்லாத பலர் இப்போது கார் வாங்குவார்கள், அதனால் சமூகத்துக்குப் பயனுள்ளவகையில் செயல்பட்டோம் என்கிற திருப்தி கிடைக்கும்

★ ஒருவேளை, ஒரு லட்ச ரூபாய் கார் சரிப்படாவிட்டாலும், அதன்மூலம் கண்டறிந்த சிக்கன உத்திகளை மற்ற கார்களின் தயாரிப்பில் பயன்படுத்தலாம், அவற்றின் விலையைக் குறைக்கலாம், அந்த உத்திகளைப் பிற நிறுவனங்களுக்குத் தந்து காசு சம்பாதிக்கலாம்

யோசித்தால் இப்படி இன்னும் பல 'நன்மை'கள் தோன்றக்கூடும். இவை அனைத்தும் டாடாவுக்கு நன்மைகள், ஆனால் போட்டியாளர்களுக்குத் தாக்குதல்கள். ஒன்றில்லாவிட்டால் இன்னொன்று அவர்களைத் தாக்கும் என்கிற நெருக்கடியை உருவாக்குகிறது டாடா.

அநேகமாக எல்லாத் தொழில்நிறுவனங்களும் இப்படித்தான் சிந்திக்கின்றன. ஒரே கல்லில் பல மாங்காய்கள் விழும்படியாகத்தான் கல்லையே எறிகின்றன. ஒற்றை நன்மை என்பதைப்பற்றி அவர்கள் சிந்திப்பதே இல்லை. குறைந்த உழைப்பில் நிறைய பலனடையவேண்டுமென்றால் பன்முனைத்தாக்குதல்தான் வழி.

நம்முடைய ஒவ்வொரு செயல்பாட்டின்போதும் இந்தக் கேள்வியைக் கேட்டுக்கொள்ளலாம்: இதனால் நமக்கு எத்தனைவிதத்தில் நன்மைகள் வரக்கூடும்? இதை 'எண்ணி'ப் பார்த்துச் செயல்பட்டால், பன்முனைச் செயல்பாடுகள் அதிகரிக்கும், அதே உழைப்பில் ஒன்றுக்குப் பலமடங்கு நன்மைகள் வரும்!

23ம் சுற்று

அவர் ஒரு பிரமாதமான ஓட்டப்பந்தய வீரர். பல சர்வதேசப் போட்டிகளில் கலந்துகொண்டு பதக்கங்களை வென்றவர்.

அதேசமயம், இனிமேல் தன்னை யாராலும் வெல்ல இயலாது என்கிற நினைப்பில் அவர் சோம்பி அமர்வதில்லை. தினந்தோறும் பலமணிநேரம் பயிற்சியெடுப்பார்.

பயிற்சி என்றால், வெறுமனே ஓடுவதுமட்டுமல்ல, உடலை வலுவாக்குவதற்காக யோகாசனம், சைக்கிள் ஓட்டுதலில் தொடங்கி ஜிம்மில் நெடுநேரம் உழைப்பார்.

ஆனால், ஒரே நிபந்தனை, இவற்றையெல்லாம் செய்யும்போது அவருக்குச் சில கூட்டாளிகள் வேண்டும். அவரை ஜிம்மில் தனியாகப் பார்க்கவேமுடியாது, எப்போதும் நான்கைந்து பேரோடுதான் பயிற்சியெடுத்துக்கொண்டிருப்பார். சாலையில் நெடுந்தூர ஓட்டப்பயிற்சி என்றால்கூட, அவரோடு இன்னும் ஓரிருவர் ஓடுவார்கள்.

கிரிக்கெட், கால்பந்துபோன்ற குழு ஆட்டங்களில்தான் வீரர்கள் ஒன்றாகச் சேர்ந்து பயிற்சியெடுப்பார்கள், இவருடையது

தனிநபர் விளையாட்டுதானே? இவர் ஏன் பிறரோடு சேர்ந்து பயிற்சியெடுக்கிறார்?

ஒருவேளை, அவர்களோடு அரட்டையடித்தபடி பயிற்சியெடுப்பாரோ? அவர்களிடமிருந்து புதிய விஷயங்களைக் கற்றுக்கொண்டு முன்னேறுவாரோ?

ம்ஹூம், பலநேரங்களில் அவர் தன்னோடு பயிற்சியெடுப்பவர்களை நிமிர்ந்து பார்ப்பதுகூட இல்லை. எப்போதாவது ஒரு ‘ஹலோ’, ஒரு புன்னகை, ஓரிரு வாக்கியங்கள் பேசுவார்... அவ்வளவுதான்.

இதற்கு அவர் தனியாகவே பயிற்சியெடுக்கலாமே. ஏன் பிறரோடு சேரவேண்டும்?

ஒருவர் ஏதோ ஒரு துறையில் சிறந்துவிளங்குகிறார் என்றால், அதற்கு அவருடைய திறமைகள்தான் முக்கியக்காரணம். அதேசமயம், இங்கே யாரும் தனிநபர் இல்லை, நம்மைச்சுற்றி யார் இருக்கிறார்கள் என்பதும் நம் வெற்றியைத் தீர்மானிக்கிறது.

இங்கே ‘சுற்றியிருப்பவர்கள்’ என்பதை மூன்றுவிதமாகப் பார்க்கலாம்: நம்முடைய குழு உறுப்பினர்கள், நமது பணியில் உதவுகிறவர்கள்/கற்றுத்தருகிறவர்கள், பிறர்.

முதல் வகையினர் நம்மோடு இந்தப் பணியில் ஈடுபடுகிறவர்கள். நம்மைப்போலவே அவர்களும் தங்களுடைய பங்களிப்பை வழங்கவேண்டும், எல்லாரும் சேர்ந்து உழைத்தால்தான் வெற்றிபெற இயலும்.

இதற்கு நல்ல உதாரணம், ஒரு கிரிக்கெட் குழு. பதினைந்து பேர் சேர்ந்து விளையாடுகிறார்கள், அதற்காகச் சேர்ந்து பயிற்சியெடுக்கிறார்கள், பின்னர் போட்டியின்போது ஒரே குழுவாக நன்கு இணைந்து செயல்படுவதற்கு இது உதவுகிறது.

இதேபோல், ஓர் அலுவலகத்தில் ஐந்துபேர் வேலைசெய்கிறார்கள் என்றால், அவர்களுக்குள் இப்படிப்பட்ட ஒரு பிணைப்பு

தேவை, அப்போதுதான் பணிகளைச் சிறப்பாகச் செய்யலாம், வாடிக்கையாளர்களுக்கு நல்ல சேவையை வழங்கலாம்.

இரண்டாவது வகையினர், நம்முடைய பணியில் நேரடியாக ஈடுபடுவதில்லை, ஆனால், அதனை நாம் சிறப்பாகச் செய்வதற்கு ஆதரவளிக்கிறார்கள்.

உதாரணமாக, அதே கிரிக்கெட் குழுவுக்கு ஒரு பயிற்சியாளர் இருக்கிறார். அவரும் அந்தக் குழுவின் ஓர் அங்கம்தான். ஆனால், அவர் போட்டிகளில் கலந்துகொள்ளமாட்டார், வெளியிலிருந்து அவர்களுக்கு ஆதரவளிப்பார், பயிற்சியளிப்பார்.

இதேபோல், அந்த கிரிக்கெட் வீரர்களின் தந்தைமார்கள், தாய்மார்கள், சகோதரர்கள், மனைவிகள், நண்பர்கள் என்று பலரும் இவ்வகையில் வருவார்கள். இவர்களில் யாருக்கும் கிரிக்கெட்டைப்பற்றி எதுவும் தெரியாமலிருக்கலாம். அதேசமயம், 'நம்ம பையன், நல்லா வரணும்!' என்று விரும்புவார்கள், ஊக்கமளிப்பார்கள்.

ரசிகர்களும் இதேவகைதான். அவர்களுக்குக் கைதட்ட மட்டுமே தெரியும். மோசமாக விளையாடினால் கோபப்படுவார்கள், ஆனால் அந்தக் கோபமும் 'அடுத்தமுறை நல்லா விளையாடணும்' என்கிற விருப்பத்தினால் எழுந்ததாகவே இருக்கும்.

அந்த அலுவலகப்பணியாளர்கள் ஐந்துபேருக்கும் இதேபோல் உதவக்கூடியவர்கள் பலர் இருப்பார்கள். அவர்களுடைய ஆசிரியர்கள், தொழில்சார்ந்த ஆலோசனைகளை வழங்கும் நிபுணர்கள், குடும்ப உறுப்பினர்கள், ஏன், ஒருவிதத்தில் அவர்களுடைய வாடிக்கையாளர்கள்கூட அவர்களுக்கு ஆதரவளிக்கிறவர்கள்தாம்.

மூன்றாவது வகையில் வருகிறவர்கள், நமது பணியைப் பொறுத்தவரை நமக்குச் சம்பந்தமே இல்லாதவர்கள், ஆனால், வேறு காரணங்களால் நாம் அவர்களுடன் அவ்வப்போது பழகவேண்டியிருக்கிறது.

ஓர் இளைஞருக்கு டென்னிஸில் மிகுந்த ஆர்வம். அதற்காகத் தினமும் அதிகாலையில் எழுந்து பயிற்சிக்குச் செல்வார்.

அப்படி அவர் பயிற்சிக்குச்செல்கிற வழியில், ஒரு சிறுவன் செய்தித்தாள் விற்றுக்கொண்டிருப்பான். இவரைப்பார்த்ததும், 'வணக்கம் சார்' என்று முகமலர்ச்சியோடு சொல்வான். இவரும் பதிலுக்குப் புன்னகை செய்வார்.

இவர் செய்தித்தாள் படிக்கிறவர் இல்லை. ஆகவே, அந்தப் பையனிடம் எப்போதும் எதுவும் வாங்கியதில்லை. ஆனால், அவர்களுக்கிடையே இப்படியோர் உரையாடல் தினமும் நடந்துகொண்டிருந்தது. காலையில் பயிற்சிக்குச்செல்லும்போது அவனைப் பார்த்துவிட்டுச்சென்றால் இவருக்கொரு மகிழ்ச்சி. அதேபோல், இவரைப்பார்த்துவிட்டுச்சென்றால் அவனும் சுறுசுறுப்பாக வேலைசெய்யக்கூடும்.

இந்த டென்னிஸ் வீரரைப் பொறுத்தவரை, அந்தப் பையன் முதல்வகையில் வரமாட்டான்: அவன் இவருடைய டென்னிஸ் குழுவின் உறுப்பினன் அல்லன், அவன் இவரோடு சேர்ந்து பயிற்சியெடுப்பதும் இல்லை, விளையாடப்போவதும் இல்லை.

சொல்லப்போனால், இவர் டென்னிஸ் விளையாடுகிறவர் என்பதே அவனுக்குத் தெரிந்திருக்காது. ஏதோ காலைநேரத்தில் ஒருவர் இந்தப் பக்கமாகச் செல்கிறார் என்று வணக்கம் சொல்கிறான், அவ்வளவுதான். ஆகவே, அவனை இரண்டாவது வகையிலும் சேர்க்கமுடியாது.

எனினும், அந்தப் பையன் அவருடைய பயிற்சிக்கு மறைமுகமாக உதவுகிறான். என்றைக்காவது வழக்கமான இடத்தில் அவனைக் காணவில்லை என்றால், அவருடைய கண்கள் ஆர்வத்துடன் அங்குமிங்கும் தேடுகின்றன. 'அதோ, அங்கே மூலையில் இருக்கிறான்' என்று திருப்தியடைகின்றன. 'என்னாச்சு? காலங்காத்தாலே சோர்ந்து உட்கார்ந்திருக்கியே?' என்று சிரிப்போடு விசாரிக்கிறார்.

'அதெல்லாம் ஒண்ணுமில்லை சார்' என்கிறான் அவன், 'இதோ, கிளம்பிட்டேன்' என்று புன்னகையோடு ஓடுகிறான்.

ஒருமுறை அந்த இளைஞர் மாநில டென்னிஸ் போட்டிகளில் கலந்துகொள்வதற்காக வெளியூர் சென்றிருக்கிறார். ஆகவே, தொடர்ந்து நான்குநாள் பயிற்சிக்கு வரவில்லை.

அந்த நான்கு நாளும், அச்சிறுவனுக்கு எதையோ தொலைத்தது போன்ற ஓர் உணர்வு. அந்தப் பக்கமாகச் செல்கிற எல்லாரையும் உற்றுக் கவனிக்கிறான். அவர் ஏன் வரவில்லை என்று யோசிக்கிறான். ஐந்தாவதுநாள் அவரைப் பார்த்ததும்தான் அவனுக்கு நிம்மதி.

இப்படி 'மூன்றாவது வகை' மனிதர்கள் பலர் நம்முடைய பணிகளுக்கு மறைமுகமாக உதவுகிறார்கள். இவர்களுடைய பங்களிப்பைப் பலர் உணர்வதுகூட இல்லை.

'மூன்றாவது வகை'யில் எதிர்மறை மனிதர்களும் உண்டு. அதாவது, மறைமுகமாக (சில சமயங்களில் நேரடியாகவே) நம்முடைய ஆர்வத்தைக் குறைக்கிறவர்கள், கீழே இழுக்கிறவர்கள்.

ஒருவர் பிரமாதமான ஒரு கதை எழுதியிருக்கிறார். அது ஒரு பெரிய பத்திரிகையில் வெளியாகிறது. ஆர்வத்தோடு அதைத் தன் நண்பர்களிடம் காட்டிக்கொண்டிருக்கிறார்.

அவருடைய நண்பரொருவர் அதை எட்டிப்பார்க்கிறார். 'என்னது? கதையா?' என்கிறார். 'அந்தக் காலத்துல இப்படித்தான், நான் எழுதின கதை கல்லூரிப் பத்திரிகையிலே வந்தது, ஏகப்பட்ட பாராட்டு, எனக்கு விழா நடத்திப் பொன்னாடையெல்லாம் போர்த்தினாங்க' என்று ஆரம்பித்துப் பழங்கதை பேசத்தொடங்கிவிடுகிறார்.

அத்துடன் நிறுத்தினால் பரவாயில்லையே, 'இப்பல்லாம் எவன் நல்ல கதை எழுதறான்? எந்தப் பத்திரிகையைத் திறந்தாலும் வெறும் குப்பை. அதனாலதான் நான் எழுதறதை நிறுத்திட்டேன், படிக்கறதையும் நிறுத்திட்டேன்' என்கிறார்.

அப்போதும் அவருக்குத் திருப்தி வரவில்லை, 'கதை எழுதினா என்ன பெரிய காசு வந்துடப்போகுது? அந்த நேரத்துல நாலு

ஸ்ரீராமஜெயம் எழுதினாப் புண்ணியமாவது கிடைக்கும்' என்று சொல்லிவிட்டு நடையைக்கட்டுகிறார்.

இதனால், சில நிமிடங்களுக்குமுன் 'என் கதை பெரிய பத்திரிகையிலே வந்திருக்கு' என்று மகிழ்ச்சியோடு சொன்னவர் இப்போது சோர்ந்துநிற்கிறார். 'இது ஒரு பெரிய விஷயமில்லையோ' என்று அவருக்கே சந்தேகம் ஏற்பட்டு விடுகிறது.

இது கொஞ்சம் மிகைப்படுத்தப்பட்ட உதாரணம்தான். ஒரே நாளில் இந்த மாற்றம் நிகழ்ந்துவிடாது. ஆனால், இப்படிப்பட்ட எதிர்மறை மனிதர்களை நாம் தினந்தோறும் சந்தித்துக்கொண்டிருந்தால், கொஞ்சம்கொஞ்சமாக அவர்கள் நம்முடைய வேகத்தையும் ஆர்வத்தையும் சாப்பிட்டுவிடுவார்கள்.

ஆகவே, இப்படிப்பட்டவர்களைக் கவனமாகத் தவிர்க்கவேண்டும். அவர்களுடைய எதிர்மறைச் சிந்தனைகள் நம்மைப் பாதித்துவிடாதபடி பார்த்துக்கொள்ளவேண்டும்.

சிலநேரங்களில் இந்த எதிர்மறை மனிதர்கள் 'முதல்வகை'யிலேயே இடம்பெற்றுவிடுவார்கள். அதாவது, நம் குழுவிலேயே இருப்பார்கள், ஆனால், தாங்களும் வேலைசெய்யமாட்டார்கள், பிறரையும் வேலைசெய்யவிடமாட்டார்கள்.

அநேகமாக ஒவ்வோர் அலுவலகத்திலும் இப்படிச் சிலரைப் பார்க்கலாம். 'என்னய்யா குனிஞ்சதலை நிமிராம வேலைபார்த்துக்கிட்டிருக்கே? வா, காபி சாப்டுட்டு வரலாம்' என்று ஒழுங்காக இருக்கிறவர்களையும் இவர்கள் கெடுக்கப்பார்ப்பார்கள்.

'இல்லைங்க, இப்பதான் வேலை கொஞ்சம் சுறுசுறுப்பா ஓடுது, இதேவேகத்துல இதைச் செஞ்சுமுடிச்சுட்டு அப்புறமாக் காபி சாப்பிடலாம்ன்னு இருக்கேன், நீங்க கிளம்புங்க.'

'யோவ், இவ்ளோ சின்சியாரிட்டி உடம்புக்கு ஆகாதுய்யா. கேன்டீன்ல சுடச்சுட மசால்வடை போடற நேரம், இப்பவே

போனா நல்லா ருசியாச் சாப்பிடலாம், அரைமணிநேரம் கழிச்சுப்போனா ஆறின வடைதான் கிடைக்கும்!'

இங்கே காபி, மசால்வடை எல்லாம் வெறும் உதாரணங்கள்தான். ஒருவர் வேலையில் ஆர்வமாக ஈடுபட்டுக்கொண்டிருக்கும்போது இதுபோன்ற கவனச்சிதறல்களைக்காட்டி இழுக்கிறவர்கள் எல்லாக் குழுக்களிலும் உண்டு.

இன்னும் சிலருக்கு, வேலையில் சுத்தமாக ஆர்வமே இருக்காது, மேலாளர்மீது, அல்லது நிறுவனத்தின்மீது ஏதோ கோபமிருக்கும். அதைப் பிறரிடம் பரப்புவார்கள், அவர்களையும் தங்கள்பக்கம் இழுக்கப்பார்ப்பார்கள்.

ஒருகூடைத் தக்காளியில் ஒன்று கெட்டுப்போனாலும், சுற்றியிருக்கிற அனைத்தும் கெடத்தொடங்கிவிடும். இந்தவகை மனிதர்கள் அப்படிப்பட்டவர்கள்.

ஆகவே, இப்போதெல்லாம் நிறுவனங்களே இவர்களை அடையாளம் கண்டு களையெடுக்கத் தொடங்கியிருக்கின்றன. ரொம்பத் தொல்லை செய்தால் வேலையைவிட்டு நீக்கிவிடுகிறார்கள், அது சாத்தியமில்லையெனில், யாருக்கும் தொந்தரவு தரமுடியாத ஒரு வேலையில் அவர்களை நியமித்துத் தண்டிக்கிறார்கள்.

ஒருவேளை, நிறுவனங்கள் இவர்களைக் கவனிக்காவிட்டாலும், நாம் கவனிக்கவேண்டும், அவர்களுடைய தூண்டில்களைப் புரிந்துகொண்டு விலகவேண்டும், இலக்கில்மட்டும் கவனம் செலுத்தவேண்டும்.

இயன்றவரை, நம்மைச்சுற்றி நேர்சிந்தனை கொண்டவர்கள் மட்டுமே இருக்குமாறு பார்த்துக்கொள்வது நல்லது. அதுவே நம்மை முன்னோக்கிக் கொண்டுசெல்லும்!

24ம் சுற்று

கிரிக்கெட்டில் ஒவ்வொரு ‘ஷாட்’டையும் இப்படித்தான் விளையாடவேண்டும் என்று இலக்கணம் இருக்கிறது. சின்னப்பையன்கள் ஆசையாக கிரிக்கெட் வகுப்பில் சேரும்போது அவர்களுடைய ஆசிரியர்கள் இதைத்தான் முதலில் சொல்லித்தருவார்கள்.

அதாவது, எடுத்த எடுப்பில் சிக்ஸரும் பவுண்டரியுமாக விளாசமுடியாது, மட்டையை எப்படிப் பிடிக்கவேண்டும், எப்படிச் சுழற்றவேண்டும், பந்து மட்டையில் எந்த இடத்தில் படவேண்டும் அதில் எந்த அளவுக்கு விசையைச் செலுத்தவேண்டும், அப்போது கால் எந்த இடத்தில் இருக்கவேண்டும் என்றெல்லாம் கற்றுக்கொள்ளவேண்டும். அதை ஒரு நாளைக்குப் பலமணிநேரம் திரும்பத்திரும்ப விளையாடிப் பயிற்சியெடுக்கவேண்டும்.

கிரிக்கெட் என்றில்லை, அநேகமாக எல்லா விளையாட்டுகளிலும் ஆரம்பப் பயிற்சிகள் இப்படித்தான் கடுமையாக இருக்கும், செமையாகப் போரடிக்கும், ‘எப்பய்யா விளையாடவிடுவீங்க?’ என்று அலறத்தோன்றும்.

ஏன்? இதுவும் விளையாட்டுதானே?

அதெப்படி? வெறுமனே நிற்கிற காரின் ஸ்டீயரிங் வீலில் கைவைத்து மணிக்கணக்காகச் சும்மா சுழற்றிக்கொண்டிருப்பதும், அதே காரை விர்ரென்று ஓட்டிக்கொண்டு, முகத்தில் காற்றடிக்க விரைவதும் ஒன்றாகிவிடுமா?

குழந்தையொன்று பள்ளிக்குச்செல்கிறது. முதல் நாளே கதை, கவிதையா எழுதுகிறது? ஆனா, ஆவன்னா என்றுதானே ஆரம்பிக்கிறார்கள்.

அட, அவ்வளவு தூரம்கூடப் போவதில்லை. கோடு வரைவது, வண்ணம் தீட்டுவது என்றுதான் சொல்லித்தருகிறார்கள். அங்கிருந்து அவர்கள் கொஞ்சம்கொஞ்சமாக முன்னேறி, எழுத்துகள், சொற்கள் என்று வளர்ந்து முறையாக எழுதத்தொடங்குவதற்குப் பல ஆண்டுகள் ஆகிவிடும்.

இப்படி முறையாகக் கற்றுக்கொள்ளும்போது, மொழிக்கான இலக்கண அடிப்படைகள் நன்கு மனத்தில் பதியும். ஆகவே, எழுதும்போது பிழைகள் ஏற்படா. சொல்லவந்த கருத்தைத் தெளிவாகச் சொல்லலாம்.

விளையாட்டும் இதேமாதிரிதான். அதற்கென்று தனி இலக்கணம் இருக்கிறது. அதைக் கற்றுக்கொண்டு விளையாடும்போது பார்க்கவும் நன்றாக இருக்கும், நாம் எதிர்பார்க்கிறபடி ரன்களும் குவியும்.

அதனால்தான், சரியான இலக்கணப்படி விளையாடுகிற வீரர்களைப் பார்க்கும்போது, அதில் ஓர் அழகு தெறிக்கிறது, சட்டென்று அந்த ஆட்டத்தின்மேலேயே ஒரு மரியாதை ஏற்படுகிறது.

இன்னொருபக்கம், இலக்கணமெல்லாம் எதற்கு என்று அதிரடியாக அடித்து வீசுகிறவர்களும் உண்டு. அவர்கள் குவிக்கிற ரன்களால் அணிக்கு மகிழ்ச்சி, ஆனால் அதைப் பார்க்க அவ்வளவு அழகாக இருக்காது.

அட, அழகா முக்கியம்? வெற்றியடைவதுதானே முக்கியம்?

ஒரு கிரிக்கெட் போட்டியில் இந்திய அணி வெல்வதற்கு நான்கு ரன்கள் தேவை, இன்னும் ஒரே ஒரு பந்துதான் உள்ளது.

எதிரணி வீரர் வேகமாக ஓடிவந்து பந்தை வீசுகிறார். இந்திய வீரர் அதை லாகவமாகத் திருப்பி அடிக்கிறார்.

இதை எதிர்பார்த்த எதிரணி வீரர் பந்தைச் சற்றே திசைமாற்றி வீசிவிடுகிறார், ஆகவே, பந்து இந்திய வீரருடைய மட்டையின் விளிம்பில்பட்டு விக்கெட் காப்பாளரின் தலைக்குமேலே செல்கிறது. அவர் அதைப் பிடிக்க ஓடுகிறார்.

பந்து கீழே வருகிறது, விக்கெட் காப்பாளர் தாவுகிறார், அவரது விரலில் பட்டுப் பந்து கீழே விழுகிறது, எல்லைக்கோட்டைக் கடந்துவிடுகிறது.

ஆக, போட்டியில் இந்தியா வென்றுவிட்டது! ரசிகர்களுக்கு ஒரே கொண்டாட்டம்!

ஆனால், அந்தக் கடைசிப்பந்தைச் சந்தித்த இந்திய வீரரால், இவ்வெற்றியை முழுமையாகக் கொண்டாடமுடியுமா?

அவர் திறமைசாலிதான், கிரிக்கெட் இலக்கணங்களை நன்கு அறிந்தவர்தான், இந்தப் பந்தையும் அவர் சரியாகக் கணித்துதான் அடிக்கவந்தார்.

ஒருவேளை அந்த 'ஷாட்' சரியாக அமைந்து பந்து பவுண்டரிக்குப் பறந்திருந்தால், அவர் மிகவும் மகிழ்ந்திருப்பார், இந்த வெற்றியைப் பெரிதாகக் கொண்டாடியிருப்பார்.

இப்போதும் அவருக்கு மகிழ்ச்சிதான். ஆனால், அவர் நினைத்தது நடக்கவில்லையே!

அவர் பந்தை அடிக்க நினைத்தநேரத்தில், அது சற்றே வேறுபுறமாகத் திரும்பிவிட்டது. மட்டையின் விளிம்பில் பட்டு எகிறிவிட்டது.

அத்துடன், அந்தப் பந்தைப் பிடிப்பதற்கென்று ஒருவர் அங்கே ஓடியிருக்கிறார். அவர் இன்னும் சற்று வேகமாக ஓடியிருந்தால் அவர் பந்தைப் பிடித்திருக்கக்கூடும், அணியின் வெற்றிவாய்ப்பு பறிபோயிருக்கும்.

ஆக, பந்தைத் தவறாக அடித்தது ஒரு பிழை, அதில் ஆட்டமிழக்கும் அளவுக்குச் சென்றது இன்னொரு பிழை. இந்த இரு பிழைகளையும் தாண்டிதான் அவருக்கு அந்த நான்கு ரன்கள் கிடைத்திருக்கின்றன, அவருடைய அணி வெற்றிபெற்றிருக்கிறது.

ஆகவே, இந்த வெற்றி 'சுத்தமானது' அல்ல. இலக்கணப்படி பார்த்தால் அவருடைய ஷாட் தவறு, அதைத் தாண்டி வந்திருக்கும் வெற்றி அவருக்கு ருசிக்குமா?

'கோழி குருடா இருந்தா என்ன? கொழம்பு ருசியா இருந்தாப் போதுமே!' என்றொரு பிரபலமான வசனம் உண்டு. வெற்றிதான் முக்கியம், அது எந்த வழியில் வந்தது என்பது முக்கியமில்லை என்றும் பலர் சொல்லியிருக்கிறார்கள்.

ஆனால், விளையாட்டுத்துறையில் மட்டும், இந்த வாசகங்கள் முழுமையாகப் பொருந்தாது. இப்போது வெற்றியைக் கொண்டாடிவிடலாம், அதேசமயம், அந்தத் தவறு அடுத்த போட்டியில் மீண்டும் வராதபடி கவனமாகப் பார்த்துக்கொள்ளவேண்டும். இல்லாவிட்டால், என்றைக்காவது முக்கியமான நேரத்தில் இப்படிச் சொதப்பி வெற்றிவாய்ப்பு பறிபோய்விடக்கூடும்.

அதனால்தான், விளையாட்டுவீரர்கள் இலக்கணத்தில் கவனம் செலுத்துகிறார்கள். அது சரியாக அமைந்துவிட்டால், ஆட்டம் தங்களுடைய கட்டுக்குள்ளிருக்கும் என்று நினைக்கிறார்கள்.

ஒருவேளை, ஒரு குறிப்பிட்ட வீரரின் விளையாட்டுபாணியே அந்த விளையாட்டின் இலக்கணங்களுக்குள் அமையாவிட்டால்?

அதாவது, அவர் இயற்கையாக விளையாடும் விதம், மற்ற வீரர்களைப்போல் இல்லை, சற்றே மாறுபட்டிருக்கிறது.

அதற்காக, அவருடைய விளையாட்டையே தவறு என்று சொல்லிவிட இயலாது. அது ஒரு புதுமையான பாணி, அவ்வளவுதான்.

கடந்த சில ஆண்டுகளில் உலக அளவில் பல பந்துவீச்சாளர்கள் இதுபோன்ற குற்றச்சாட்டுகளுக்கு ஆளாகியுள்ளார்கள். 'பந்தை எறிகிறார்' என்று எதிரணிகள் இவர்கள்மீது புகார் செய்ய, சர்வதேச நடுவர்கள் இவர்களை ஆராய்ந்து தீர்ப்பு வழங்கியிருக்கிறார்கள்.

அட, தீர்ப்பு பச்சையோ சிவப்போ, தங்களுடைய விளையாட்டுப் பாணி கேள்விக்குள்ளானபோது அந்தப் பந்துவீச்சாளர்களின் மனோநிலை எப்படியிருந்திருக்கும்!

இவர்களில் யாரும் வேண்டுமென்றே தங்களுடைய பந்துவீச்சுப் பாணியை மாற்றிக்கொள்ளவில்லை. அவர்களுக்கு அப்படித்தான் பந்துவீச வருகிறது, அதற்கு யார் என்ன செய்யமுடியும்?

ஒருவேளை ஆட்ட விதிமுறைப்படி அவர்கள் பந்து வீசும் முறை தவறு என்றாலாவது பரவாயில்லை, அதனைத் தெரிந்துகொள்ளலாம், திருத்திக்கொள்ளலாம்.

இங்கே பிரச்னை அதுவல்ல. மற்றவர்கள் பந்துவீசும் முறையும், இவர்கள் பந்துவீசும் முறையும் மாறுபட்டிருக்கிறது. ஆகவே, இவர்கள் பந்துவீசுவது தவறு என்று மற்றவர்கள் குற்றம்சாட்டுகிறார்கள். இதற்காக இவர்கள் தங்களுடைய இயற்கையான பாணியை மாற்றிக்கொள்ளமுடியுமா? மாற்றிக்கொள்ளவேண்டுமா?

ப்ராட் கில்பர்ட் என்றொரு டென்னிஸ் வீரர். ஒலிம்பிக் பதக்கமெல்லாம் வாங்கியிருக்கிறார். ஆஸ்திரேலியன் ஓபன், ஃப்ரெஞ்ச் ஓபன், விம்பிள்டன், அமெரிக்க ஓபன் போன்றவற்றில் கலந்துகொண்டு விளையாடியிருக்கிறார், பெருந்தலைகளையெல்லாம் தோற்கடித்திருக்கிறார்.

ஆனால், அவருடைய விளையாட்டை 'Ugly' (அசிங்கம்) என்று பலரும் சொல்வார்கள், ஏன், அவரே சொல்வார்.

காரணம், அவருடைய விளையாட்டைப் பார்ப்பதற்கு அழகாக இருக்காது, விதிமுறைகளை மீறமாட்டார், அதேசமயம், மற்ற வீரர்களுடைய பாணியிலிருந்து இவருடைய பாணி வெகுவாக மாறியிருக்கும்.

இதுபோல் ஒரு பையன் கொஞ்சம் வித்தியாசமாக விளையாடினால், அவனுடைய பயிற்சியாளர் ஒப்புக்கொள்ள மாட்டார், 'நீ உன்னை மாத்திக்கணும்' என்று அறிவுரைசொல்லி அவனை மற்ற வீரர்களைப்போலவே மாற்றிவிடுவார்.

ப்ராட் கில்பர்.ட்டை அப்படி யாரும் வற்புறுத்தவில்லைபோல. அவர் தன்னுடைய பாணியில் மட்டுமே விளையாடிப் பழகிவிட்டார்.

இதற்காக அவர் பயன்படுத்திய முக்கியமான ஆயுதம், பொறுமை.

அதாவது, தன்னை எதிர்த்து விளையாடுகிற வீரர் எப்பேர்ப்பட்டவராக இருந்தாலும் பரவாயில்லை, அதைப்பார்த்து அவர் பயப்பட்டதே கிடையாது, அந்த வீரரின் திறமைகளை அலசி, ஆராய்வார், அவருடைய பலவீனங்களைக் கண்டறிவார், அந்தப் பலவீனங்களுக்குள் அவரே சிக்கிக்கொள்ளும்படி செய்வார்.

டென்னிஸ் என்பது வெறும் உடல்சார்ந்த விளையாட்டு அல்ல, மூளையைப் பயன்படுத்தவேண்டும் என்பது ப்ராட் கில்பர்ட்டின் நம்பிக்கை. கொஞ்சம்கொஞ்சமாக எதிராளியின் பொறுமையைக் குறைத்து அவர்களைத் தவறு செய்யவைப்பார். அப்படி அவர்கள் தவறுசெய்கிறபோது, சட்டென்று அதைப் பயன்படுத்திக்கொண்டு இவர் வென்றுவிடுவார்.

இந்த விளையாட்டுப் பாணியைப் பார்த்துப் பலர் எரிச்சலடைந்திருக்கிறார்கள், 'இவர் ஏன் நம்மைப்போல விளையாடுவதில்லை?' என்று வெளிப்படையாகவே பேசியிருக்கிறார்கள்.

ப்ராட் கில்பர்ட் அதையெல்லாம் கண்டுகொண்டதே இல்லை. 'சட்டப்படி நான் விளையாடுவதில் எந்தத் தவறும் இல்லை, அது அசிங்கமாக இருந்தால்தான் என்ன? வெற்றிபெற்றால் எனக்குப் போதும்!'

அந்த்ரே அகாஸி, ஆண்டி முர்ரே உள்ளிட்ட பல பிரபலமான வீரர்கள் ப்ராட் கில்பர்ட்டிடம் பயிற்சிபெற்றிருக்கிறார்கள். தன்னிடம் வருகிற விளையாட்டு வீரர்கள் எல்லாருக்கும் அவர் சொல்லும் விஷயங்கள், 'உங்களுடைய இயல்பான ஆட்டபாணியை மாற்றிக்கொள்ளாதீர்கள், மூளையைப் பயன்படுத்துங்கள்!'

நம் ஒவ்வொருவருக்கும் இப்படி இயல்பான பாணிகள், திறமைகள் இருக்கின்றன. நம்மைச்சுற்றியிருக்கிறவர்கள், அதாவது சமூகத்தினர் அதனைத் தங்களுடைய வழிக்குக் கொண்டுவரவேண்டும் என்று நேரடியாகவும் மறைமுகமாகவும் முயன்றுகொண்டே இருக்கிறார்கள். அவர்களுடைய அழுத்தத்துக்குப் பணிந்துவிட்டால், நாம் பத்தோடு பதினொன்றாகிவிடுகிறோம்.

அதற்குப் பதிலாக, நம் திறமைகள்மீது மதிப்புவைத்து, அவற்றைப் பயன்படுத்தி இதே சமூகத்தில் வெல்வது எப்படி என யோசித்தால், வெற்றியும் வரும், அதன் ருசி அதிகமாகவும் இருக்கும்!

25ம் (நிறைவுச்) சுற்று

எந்தவொரு விளையாட்டு அணிக்கும் தலைவர் இருக்கிறார், பல நேரங்களில் துணைத்தலைவர்கூட இருப்பார்.

ஓர் அணிக்கு யாரெல்லாம் தலைவர்கள் என்பதை நாம் எளிதில் கண்டுபிடித்துவிடலாம். அவர்கள்தான் ஜம்மென்று கம்பீரமாகப் பிறரை விரட்டிக்கொண்டிருப்பார்கள், 'நீ அங்கே போய் நில்லு, நீ இங்கே நில்லு' என்பார்கள், பந்துவீச வருகிறவரைப் பிடித்து, 'நீ இப்படிப் பந்து வீசணும்' என்பார்கள்.

தலைவர்கள் இப்படிச் சொல்லும்போது, மற்ற வீரர்கள் என்ன செய்கிறார்கள்?

பணிவாகக் கேட்டுக்கொள்கிறார்கள். அதன்படி நடக்கிறார்கள். அதுதான் அவர்களுடைய பதவிக்கு, அனுபவத்துக்கு மற்றவர்கள் தரும் மரியாதை.

அதேசமயம், அந்தத் தலைவர்கள் ஏதேனும் தவறாகச் சொல்லிவிட்டால்? அல்லது சொல்லவேண்டிய நேரத்தில் சும்மா இருந்துவிட்டால்? அவர்கள் மனத்தில் தோன்றாத ஒரு சிந்தனை இன்னோர் வீரர் மனத்தில் தோன்றினால்?

அப்போது அவர்கள் சும்மா இருப்பதில்லை. தாங்களே முன்வந்து தலைவரிடம் பேசுகிறார்கள், ‘இதை இப்படிச் செஞ்சா என்ன?’ என்கிறார்கள். சில நேரங்களில், அப்படிச் சொல்லாமலேகூட அதைச் செய்துவிடுகிறார்கள்.

அவர்கள் ஏன் அப்படிச் செய்யவேண்டும்? ‘எல்லாம் தலைவர்கள் பார்த்துக்கொள்வார்கள்’ என்று இருந்துவிடலாமே.

‘தலைவர்’ என்பது ஒரு பொறுப்பு, பதவி, அதேசமயம், அணியிலுள்ள ஒவ்வோர் உறுப்பினருக்கும் அந்த அணியின் வெற்றிக்காகப் பாடுபடவேண்டிய பொறுப்பு உள்ளது.

ஆகவே, அவர்கள் எல்லாரும் ‘தலைவர்’ போலவே சிந்திக்க முயற்சிசெய்யவேண்டும். அணியின் வெற்றியை நோக்கமாகக்கொண்டு செயல்படவேண்டும்.

ஆனால், ஒருவேளை, இந்த வீரர்களின் செயல்பாடுகள் ஒன்றுக்கொன்று முரணாக அமைந்துவிட்டால், இவர் இடப்புறமும் அவர் வலப்புறமும் செல்ல முயன்றால்?

அப்போதுதான் தலைவர்கள் குறுக்கிடுவார்கள், இருவரில் யார் சரி என்பதைத் தீர்மானிப்பார்கள். அந்தக் கூடுதல் அதிகாரம் அவர்களுக்கு வழங்கப்பட்டுள்ளது.

இந்த ஒரு வித்தியாசத்தைத்தவிர, எந்தவொரு விளையாட்டு அணியிலும் உறுப்பினர்களும் தலைவர்களும் சமம்தான், அனைவருக்கும் சம அளவு பொறுப்பு இருக்கிறது, இதை நாம் மைதானத்தில் கண்கூடாகப் பார்க்கலாம்.

விளையாட்டு அணிகளில் தலைவர், தொண்டர் என்கிற வித்தியாசம் ஒரு நூலளவுதான் இருக்கும். மற்றபடி, அணியின் வெற்றியே முதன்மை நோக்கம் என எல்லாரும் போராடுவார்கள். இந்தக் குணத்தை எல்லாரும் கற்றுக்கொண்டால், ஒவ்வொரு நிறுவனமும், ஒவ்வொரு குடும்பமும் சிறப்பாக இருக்கும்.

இதற்கு உதாரணமாக, நான் சமீபத்தில் நேரடியாகப் பார்த்த ஒரு ‘குழு உறுப்பினர்’ பற்றிச் சொல்கிறேன்.

சில நாள்முன்பாக, 'இனி ஐந்நூறு, ஆயிரம் ரூபாய்த்தாள்கள் செல்லாது' என்ற அறிவிப்பு வந்தபோது, பலரும் அதனை நம்பவில்லை. 'யாரோ சும்மா வாட்ஸாப்பில் விளையாடுகிறார்கள்' என்றுதான் நினைத்தார்கள்.

ஆனால், அது நிஜமாகிவிட்டது, திடீரென்று நாட்டிலிருந்த பெரும்பகுதிப்பணம் செல்லாத சூழ்நிலை. இனிமேல் பணம் வேண்டுமென்றால், பழைய நோட்டுகளை வங்கியில் கொடுத்து மாற்றவேண்டும், அல்லது கணக்கிலுள்ள பணத்தைப் புது நோட்டுகளாக எடுத்துக்கொள்ளவேண்டும்.

இதனால், மக்கள் ஏடிஎம்களை மொய்த்தார்கள், அங்கேயும் சிலவற்றில் பணமே இல்லை, சிலவற்றில்மட்டுமே பணம் நிரப்பப்பட்டிருந்தது. அவற்றின்முன்னே பெரிய க்யூ. மக்கள் மணிக்கணக்காக நின்று பணம் எடுத்தார்கள்.

அன்றைக்கு எனக்குப் பணம் தேவைப்பட்டது. வரிசையாக மூன்று ஏடிஎம்களுக்குச் சென்றேன், மூன்றிலும் 'பணம் இல்லை' என்கிற அறிவிப்புப்பலகை.

நான்காவதாக ஓர் ஏடிஎம்மில் பணம் இருந்தது. ஆனால் மிக நீண்ட வரிசை. கடைசியில் சென்று நின்றுகொண்டேன்.

க்யூவின் நீளத்தைப் பார்த்தால், நான் பணமெடுப்பதற்குக் குறைந்தது இரண்டுமணிநேரமாவது ஆகுமென்று தோன்றியது, எரிச்சல் வந்தது, ஆனால் என்ன செய்ய? பொறுமையாக நின்றேன்.

சில நிமிடங்கள் கழித்துப்பார்த்தால், அந்த வரிசை விரைவாக நகர்வது புரிந்தது. எனக்கு ஆச்சர்யம்.

காரணம், ஏடிஎம்மில் பணம் எடுப்பது எளிதல்ல. நம் வங்கி அட்டையை உள்ளே நுழைக்கவேண்டும், அங்கே வருகிற குறிப்புகளைக் கவனமாகப் பார்த்து, சரியான பொத்தான்களை அழுத்தவேண்டும், நம் கணக்குக்கான ரகசிய எண்களைக் கொடுக்கவேண்டும், அதன்பிறகு, நமக்கு வேண்டிய

தொகையைக் குறிப்பிடவேண்டும், அந்தத் தொகையை எடுத்ததற்குச் சான்றாக அச்சுப்பிரதி வேண்டுமா, வேண்டாமா என்று சொல்லவேண்டும்... இப்படிப் பல வேலைகள் உண்டு. இவற்றுக்குக் குறைந்தபட்சம் ஒரு நிமிடமாவது ஆகும், ஏடிஎம் இயந்திரங்களை அதிகம் பயன்படுத்திப் பரிச்சயப்படாதவராக இருந்தால், இரண்டு, மூன்று நிமிடங்கள்கூட ஆகலாம்.

ஆனால், இங்கே நிமிடத்துக்கு மூன்று பேர் உள்ளே சென்று வெளியே வந்துகொண்டிருந்தார்கள். க்யூ வேகமாக முன்னேறியது.

ஒருவேளை, உள்ளே பணம் இல்லையோ?

உற்றுக்கவனித்தேன். வருகிற எல்லார் கையிலும் பணம் இருந்தது.

ஆக, இயந்திரத்தில் பணம் இருக்கிறது, எல்லாரும் அதை மிகவிரைவாக எடுத்துக்கொண்டு வெளியே வருகிறார்கள், இது எப்படிச் சாத்தியம் என்று புரியவில்லை.

நான் யோசித்துக்கொண்டிருக்கும்போதே, வரிசை மிகச்சுருங்கி விட்டது, எனக்குமுன்னே ஓரிருவர்தான் இருந்தார்கள்.

இப்போது, என்னால் அந்த ஏடிஎம் இயந்திரக்கூண்டை நன்றாகப் பார்க்கமுடிந்தது. உள்ளே இருந்தது ஓர் இயந்திரம்தான், ஆனால் இரண்டு மனிதர்கள்.

அவர்களில் ஒருவர், அந்த ஏடிஎம்மின் காவலாளி, இன்னொருவர் பணம் எடுக்க வந்தவர்.

காவலாளி எதற்காக உள்ளே போகவேண்டும் என்று யோசித்தேன், சட்டென்று கதவு திறந்தது, 'வாங்க' என்று அந்தக் காவலாளி என்னை அழைத்தார். அதே நேரம், எனக்குமுன்னே இருந்தவர் என்னைத் தாண்டி வெளியேறினார்.

இப்போது, நான் உள்ளே நுழைந்தேன், 'கார்டைப் போடுங்க' என்றார் அவர்.

என்னுடைய அட்டையை எடுத்து இயந்திரத்தினுள் நுழைத்தேன். சடசடவென்று அவர் சில பொத்தான்களை அழுத்தினார், பின்னர், 'எவ்ளோ பணம் வேணும்?' என்றார்.

'2000 ரூபாய்' என்றேன், அவரே அதைத் தட்டச்சு செய்துவிட்டு, 'PIN நம்பர் போடுங்க' என்றார். என் கணக்குக்கான ரகசிய எண்களைத் தட்டினேன்.

மறுவிநாடி, பணம் வந்துவிட்டது. நான் அதை எடுத்துக் கொண்டிருக்கும்போதே அடுத்த நபரை அவர் உள்ளே அழைத்துவிட்டார்.

நான் வியப்போடு அங்கிருந்து வெளியேறினேன். ஏடிஎம் இயந்திரக் கூண்டுக்குள் நான் இருந்தது வெறும் 15 விநாடிகள், அதற்குள் என்னுடைய வேலை முடிந்துவிட்டது, காரணம், அந்தக் காவலாளி.

அந்த ஏடிஎம் இயந்திரத்தை ஒருவர் பயன்படுத்த ஒரு நிமிடம் ஆகிறதென்றால், அந்தக் காவலாளிக்கு அதன் பொத்தான்கள் அனைத்தும் மனப்பாடம், அவரே அந்தப் பொத்தான்களை அழுத்துவதால், பரபரவென்று 15 விநாடிகளில் வேலையை முடித்துவிடுகிறார்.

அத்துடன், வாடிக்கையாளர்கள் உள்ளே வருவது, வெளியே செல்வது என்று சகலத்தையும் அவரே பார்த்துக்கொள்கிறார். இதன்மூலம் சில மணிநேரம் நீளவேண்டிய க்யூ, மிக விரைவில் சுருங்கிவிடுகிறது, வாடிக்கையாளர்கள் மகிழ்ச்சியாகப் பணத்துடன் செல்கிறார்கள்.

இத்தனையையும் இவர் ஏன் செய்கிறார்?

அந்தக் காவலாளிக்கு வயது இருபது, இருபத்திரண்டு இருக்கலாம், அந்த வங்கியின் ஊழியர்களிலேயே மிகவும் அடிமட்டத்தில் இருப்பவர் அவர்தான்.

இன்னும் சொல்லப்போனால், அவர் அந்த வங்கியின் ஊழியராக இல்லாமலிருக்கவும் கூடும். ஒப்பந்த அடிப்படையில் வேறு

ஏதோ ஒரு நிறுவனம் அவரை அங்கே ஏடிஎம் பாதுகாப்புக்காக நியமித்திருப்பார்கள்.

அவர் நினைத்திருந்தால் அதே ஏடிஎம் இயந்திரக்கூண்டின் ஒரு மூலையில் நாற்காலி போட்டு அமர்ந்துகொண்டு வருகிற, போகிற மக்களைப் பார்த்துக்கொண்டு சும்மா இருந்திருக்கலாம், 'என் வேலை பாதுகாக்கறதுதானே' என்று நினைத்திருக்கலாம், இப்படி வரிசையை விரைவுபடுத்தி, அனைத்தையும் ஒழுங்குபடுத்தி உதவவேண்டியதில்லை.

ஆனால் அவரோ, மக்கள் சிரமப்படுவதைப் பார்த்து வருந்தியிருக்கிறார், என்ன செய்யலாம் என்று சிந்தித்திருக்கிறார், வரிசை ஏன் மெதுவாக நகர்கிறது என்று கவனித்திருக்கிறார், அதை விரைவாக்கத் தன்னால் இயன்றதைச் செய்திருக்கிறார். இதற்கெல்லாம் அந்த வங்கி பயிற்சி தந்திருக்கும் என்று நான் நினைக்கவில்லை. ஒருவேளை தந்திருந்தாலும், அதிகம் படிக்காத ஒரு பாதுகாப்பு ஊழியர் இந்த அளவு சிறப்பாகச் செயல்படுவது எப்பேர்ப்பட்ட அதிசயம்!

அந்தக் கணத்தில்தான், அவர் தலைவராகிறார். 'நம் வங்கிக்கு வரும் மக்கள் சிரமப்படக்கூடாது, அவர்களுக்கு உதவவேண்டும்' என்று அவர் நினைக்கிறார், அதற்குத் தன்னால் இயன்றதைச் செய்கிறார். இதற்காக அவர் யாருடைய அனுமதியையும் எதிர்பார்க்கவில்லை, தானே செயல்படுகிறார்.

ஆங்கிலத்தில் இதனை '*Flat Organization*' என்பார்கள். அதாவது, ஒரு விளையாட்டு அணியைப்போல, தலைவர், தொண்டர் பிரிவினைகளெல்லாம் அதிகமில்லாமல் எல்லாரும் ஒரு நோக்கத்துக்காக உழைத்தல்.

நவீன நிறுவனங்கள் பலவும் இந்தத் திசையில் நகர்ந்து கொண்டிருக்கின்றன. சில பழைய நிறுவனங்களும் இதைப் பார்த்து விழித்துக்கொண்டிருக்கின்றன. எல்லாவற்றுக்கும் மேனேஜர்/தலைவரின் உத்தரவை எதிர்பார்த்திருக்க வேண்டியதில்லை என்ற நிலை ஏற்பட்டுள்ளது.

ஆனால், இப்படி ஆளாளுக்குத் தலைவராகிவிட்டால் ஏதாவது பிழைகள் வருமல்லவா?

வரும்தான். அவற்றிலிருந்து பாடம் கற்றுக்கொண்டு முன்னேறவேண்டும் அந்தத் தீமைகளோடு ஒப்பிடுகையில், உறுப்பினர்கள் சொந்தமாகச் சிந்திப்பதை ஊக்குவிப்பதால் கிடைக்கும் நன்மைகள் மிக அதிகம்!

நாம்தான் தலைவர் என்ற எண்ணம் நமக்குள் இருக்கும்வரை யாருடைய அங்கீகாரத்துக்காகவும் நாம் காத்திருக்கவேண்டியதில்லை, முனைப்போடு செயல்படலாம், முன்னேறலாம், அதேநேரத்தில் நம்மைச்சுற்றியுள்ளவர்களும் முன்னேறுவார்கள், ஓரணியாக வாழ்க்கையெனும் ஆடுகளத்தில் நாம் வெல்வோம்!

(நிறைவடைந்தது)

★★★

தெளிவான எழுத்தும் ஆழமான ஆய்வும் நிறைந்த நூல்களுக்காகத் தமிழ் வாசகர்களிடையில் நன்கு அறியப்பட்டுள்ள என். சொக்கன் புனைவு, வாழ்க்கை வரலாறு, நிறுவன வரலாறு, தன்னம்பிக்கை, சிறுவர் இலக்கியம் உள்ளிட்ட துறைகளில் இதுவரை எழுபதுக்கும் மேற்பட்ட நூல்கள், நூற்றுக்கணக்கான கதைகள், கட்டுரைகளை எழுதியுள்ளார். விரிவான ஆய்வுகள், சான்றுகளின் அடிப்படையிலான ஆழமான வரலாற்று நூல்களைத் தமிழில் எழுத இயலும், அவற்றைப் பெரும்பான்மை வாசகர்களுக்குக் கொண்டுசேர்க்கவும் இயலும் என்பதைப் பலமுறை நிரூபித்த எழுத்து வகை இவருடையது.

தமிழ், ஆங்கிலம் ஆகிய இரு மொழிகளிலும் எழுதும் சொக்கனுடைய நூல்கள் ஹிந்தி, கன்னடம், மலையாளம் உள்ளிட்ட பல மொழிகளில் மொழிபெயர்ப்பாகியுள்ளன.

www.ingramcontent.com/pod-product-compliance
Lightning Source LLC
LaVergne TN
LVHW090346051026
849518LV00006B/2056